சிப்பாய்

ஜெய்ஷங்கர் ஜெயராமன்

Copyright © Jaishankar Jayaraman
All Rights Reserved.

"என் தாய் தந்தைக்கு சமர்ப்பிக்கிறேன்"

பொருளடக்கம்

முன்னுரை

நான் ஜெய்ஷங்கர் ஜெயராமன், சேலம் மாவட்டம்.

"சிப்பாய்", ஏன் நான் சிப்பாய் என்ற கதையை எழுத வேண்டுமென்றால், சில தோல்விகள், மன உளைச்சல், அதிகம் எதையோ நினைத்து சிந்திப்பது என்று வாழ்க்கை போகையில், சிந்தனையையும் எண்ணோட்டங்களையும் பயன்னுள்ள வழியில் செலவிடலாம் என்று நினைத்தேன்.

அப்பொழுது தான் தோன்றியது, நான் வெகுநாட்களாக கற்பனையில் ஒரு ராஜ்ஜியம் ஒன்றைப்பற்றி எழுத வேண்டு-மென்று, சிறு வயதுமுதல் இன்றுவரை நான் கேட்ட கதை-கள், நாம் அறிந்த கதைகள் ஒவ்வொன்றும் ஒவ்வொரு வடியில் இருக்கும், அல்லது ஒரு வாழ்க்கைமுறை இல்லை-யென்றால் ஒரு வீரனைப் பற்றி கேட்டிருப்போம் படித்தும் இருப்போம். அவர்களின் குணநலன்கள் அறிவாற்றல் செயல் திறன் என்று ஏதோ ஒன்று நம்மை பற்றிக் கொள்ளும், எளிதில் மறந்தும்விட முடியாது.

இதுவரை உலகில் நடந்த போர்கள் அனைத்தும், ஒன்று பெண் என்பவளுக்காக இருக்கும் அல்லது அரசன் என்ற பட்டத்திற்க்காக போர் நடந்திருக்கும். காலத்தின் மதியோ இல்லை சதியோ ஆசையும் மோகமும் மதம்போல் மனி-தனை பிடித்துவிட்டால் ஆபத்து தான், அவ் ஆசையோ மோகமோ அவனையே உருக்கி அழித்துவிடும். இன்றுவரை அப்படித்தான்.

நான் சொல்ல நினைத்த கதையும் அப்படித்தான், கற்-பனையில் ஒரு ராஜ்ஜியம், ஒரு அரசன், அவனுக்கு குடும்-பம், அவன் மக்கள் என்று அவனை எழுத தோன்றியது. அரண்மனை என்றால் அந்தபுரம் இருக்க வேண்டுமா என்ன?, கண்டிப்பாக இல்லை. பெண் என்பவள் போற்றப்பட வேண்டியவள், அவளின் வீரமும் அறிவாற்றலும் நாட்டின் வளர்ச்சிக்கு உறுதுணையாக இருக்க வேண்டுமே தவிர, அவளை அடிமையாக்கி அந்தபுரம் என்ற ஒன்றில் பலவந்-

தப்படுத்தி சித்திரவதை செய்வது குற்றம் பாவமும் கூட, இதைப்பற்றி ஏன் நான் சொல்கிறேன் என்றால், நான் எழுதும் வாசுதேவன் என்ற அரசன் பெண்களையும் பெண் பிள்ளைகளையும் மதிப்பவன், அவர்களின் எதிர்காலம்பற்றி சிந்திப்பவன். அப்படித்தான் யாவரும் இருக்க வேண்டுமென நினைப்பவன்.

ஆனால் அவனுக்கு ரஜ்ஜியங்களின் மேல் ஆசை மோகம். பசுமை நிறைந்து படர்ந்துவிரிந்திருக்கும் ராஜ்ஜியங்களை அவன் கைப்பற்றிக்கொள்ள நினைப்பான், சூரனாக இருக்கும் ஒரு மன்னன் எதிர்ப்பாரா ஒரு தோல்வியால் மனம் திருந்தி வாழத்தொடங்கும் பொழுது, பேராபத்து அவனுக்கு நடக்க நேர்கிறது, அவன் செய்த செய்து கொண்டிருக்கிற செயல்கள் அவனுக்கு கை கொடுத்ததா இல்லையா என்பதை ஒரு கற்பனைக் கதையாக எழுதியப்பின், கதைக்கு பெயர் என்ன வைக்கலாம் என்ற சிந்தனை, எந்தவொரு ராஜ்ஜியமாக இருந்தாலும், அதில் அரசன் எவ்வளவு பெரிய வீரனாக சூரனாக இருந்தாலும், அவ் அரசனிற்கு மிக பக்கபலமாக இருந்து நாட்டையும் அரியணையையும் காப்பாற்றிக் கொடுப்பது என்னவோ ஒரு "சிப்பாய்"யாகத் தான் இருக்க முடியும். என்பதை "சிப்பாய்"யை எழுதினேன்.

முகவுரை

"வாசுதேவன்", மன்னன் என்றாலே ஆதிக்கமும் அடிமைத்-துவமும் இருக்க வேண்டிய அவசியமில்லை, "மயில்-வனத்தை" ஆட்சிசெய்து வந்த வாசுதேவன், ஆதிக்க குணம் கொண்டவன், அழகிய ராஜ்ஜியங்களை கைப்பற்ற நினைக்கும் மோகம் கொண்டவன். இவ்வாறு குணங்கள் கொண்ட ஒரு மன்னன் பெண்கள் மீதும் அந்தபுரம் மிகை-யான ஆசையும் மோகமும் கொண்டவனாக இருக்க வேண்-டிய அவசியமில்லை. வாசுதேவனுக்கு பெண்கள் மீதும் பெண் பிள்ளைகள் மீதும் தனித்துவமான பார்வையிருந்தது. அவர்களை நலனையும் கருத்தில் கொள்வான், இருந்தும் தன் மகளின் மீதும் அவள் தேர்ந்தெடுக்கும் வாழ்க்கை மீதும் மட்டும் கோபம் இருந்தது, தன் விருப்பமில்லா துணியை தேர்ந்தெடுத்துவிட்டாள் என்று தான், அதனால் தன் மகள் மீதும் அவளின் கணவன் நாட்டின் மீதும் போர் தொடுக்கும் அளவிற்கு துணிந்தவன், எதிர்ப்பாரா தோல்வியினாலும் மகனின் இழப்பினாலும் மனம் திருந்துகிறான். அவ் வேளை-யில் தன் நாட்டின் மீது ஏழு நாடுகள் போர் தொடுக்க இருக்கையில் "வேந்தன்" மயில்வனதிற்கு உதவுகிறான்.

"வேந்தன்" ஒரு போராளி தான், சிப்பாய் கூட்டத்தில் நின்று தன் நாட்டிற்காக எதையும் செய்யும் துணிச்சல் கொண்டவன், வீரனும் கூட. அதீத புத்திக்கூர்மையால் எப் போரையும் எளிதில் வெல்லக்கூடிய திறன் கொண்டவன். ஆனால் வேந்தன் மயில்வனம் வருவதற்கும் வாசுதேவன் மனம்திருந்துவதற்கும் ஒரு காரணம் இருக்கிறது. மயில்-வனத்தின் ராஜகுரு, பின் வரும் காலங்களில் நம் நாட்-டிற்கு பேராபத்து வரவிருப்பதை சொல்லி, அப் போரில் வெற்றிபெற வேண்டுமானால், "குருஞ்சித்தீவில்" சிறையில் இருக்கும் வேந்தன்" மயில்வனம் வந்தாக வேண்டும் என சொல்லியப்பின், வாசுதேவன், வேந்தனை விடுவிக்கக்கோரி குறிஞ்சித்தீவிற்கு அமைச்சர்களை அனுப்பினார், ஆனால்

குறிஞ்சித்தீவின் மன்னன் வேந்தனை விடுவிக்க மறுத்ததால், அந் நாட்டின்மீது போர் தொடுக்கையில் தன் மகனை இழந்-தார், அவ் இழப்பு அழ்ந்த சிந்தனையையும் அமைதியையும் வாசுதேவனுக்கு பிறந்தது. அதலால் மனம் திருந்தி வாழ்ந்-தார்.

"வாசுதேவன்" மனம் திருந்திய பின்னும் ஏன் ஏழு நாடுகள் போர் தொடுக்க வேண்டும் என்றால், அவன் மனம் திருந்தியப்பின் நல்முறையில் ஆட்சிசெய்து வந்தான், தன் இரண்டாம் மனைவியின் மகளிற்கு திருமணம் நடத்த ஒரு அறிக்கையிட்டான், தன் மகள் வளர்க்கும் யானையை அடக்கிவிட்டு தன் மகளையும் வாள் வீச்சில் யார் வெற்றி பெறுகிறார்களோ அவர்களே தன் மகளை திருமணம் செய்து கொள்ளலாம் என அறிக்கையிட்டார். போட்டியில் கலந்-துகொண்ட ஏழு நாட்டினருமே யானையை அடக்குவதில் தோற்றுப்போனார்கள். அப்பொழுது தான் வேந்தனின் மகன் "சிற்பி" முகத்தை மறைத்துக்கொண்டு போட்டியில் பங்கேற்று வெற்றிப் பெற்றான். உண்மையை தெரிந்துகொண்ட வாசு-தேவன் சிற்பிக்கும் தன் மகள் மாதுளைக்கும் திருமணம் செய்து வைப்பதாக அரங்கில் அறிவித்தார், அதை பொறுத்-துக்கொள்ள முடியாத ஏழு நாட்டின் இளவரசர்களும் "எப்-படி ஒரு சாமானியன் இளவரசியை மணந்து கொள்ளலாம்" என்றும் "இத் திருமணம் நடந்தால் இவ் ஏழு நாட்டினரும் மயில்வானம் மீது போர்த் தொடுக்கும்" என்றும் சொன்னார்-கள்.

வாசுதேவன் தன் மகள் திருமணம் நடத்தி வைப்பதாய் இருக்கும் அதே நாளில் அவர் அவ் ஏழு நாட்டினருடன் போர் செய்ய நேர்கிறது. வேந்தனின் உதவியால் இறுதி போரில் வெற்றியும் பெறுகிறான்.

நன்றி

- உரிய நேரங்களில் உதவிய நண்பர்களுக்கு நன்றி!,
- உரிய நேரங்களில் தூண்டுதலாய் இருந்த, என் உறவுகளுக்கு நன்றி!,
- எப்பொழுதும் என் மீது நம்பிக்கை வைத்து, முன்னுதாரணமாக இருக்கும் "ஜெயராமன்", என் அப்பாவிற்கு நன்றி!.

1

வாசுதேவன் எனும் மன்னன்

'மயில்வனம்' எனும் நாட்டை வாசுதேவன் எனும் மன்னன் ஆட்சிசெய்து வந்தான். நாடெங்கும் தன் 'மயில்தோகை' கொடி மட்டுமே பறக்கவேண்-டுமென கர்வத்துடன் ஆட்சிபுரிபவன். அவன் ஆசைகள் அவன் காலடியில் துயிலும் வேண்டுமென நினைப்பவன், அவன் படைபலத்தால் வெற்றிகள் அவன் கைகளில் சேரும். வாயைமூடி கோசமிடும் அமைச்சர்கள் மட்டுமே அவனிடம் வேலைப்பார்த்தார்கள். எவனொருவன் எதிர்த்து வாய்த்திறக்கிறானோ அவன் பேசுவது அன்று தான் கடைசி-நாள்.

மக்கள் மனதில் பயம்கொண்டுதான் குனிந்து வணங்கினார்கள், அதை அவன் மரியாதை என்று நினைத்துக் கொண்டிருந்தான். அவனுக்கு இரண்டு மனைவிகள் இருந்தனர், ஒருத்தியை அவன் ஆசைகொண்டு திருமணம் செய்து கொண்டான். இன்னொருத்தியை, தன்மீது ஆசை கொண்டிருக்கிறாள் என திருமணம் செய்து கொண்-டான்.

அழகிய ராஜியங்களை பார்க்கும் அவனின் விழிகள், அதிலே மயங்-கியிருக்கும். அவ் ராஜியங்களை தன் படைபலத்தால் பறித்து இரசித்து இன்பம் காண்பான். பெரும் படைபலம் கொண்ட தேசங்களை நண்பர்-களாக்கிக் கொள்ள விரும்பாது அவனின் கர்வம், அவர்களை அடி-மையாக்கி தன் படைகளோடு இணைத்துக்கொள்வான், மிஞ்சியிருக்கும்

அத் தேசத்தின் அரியணையில் அவன் தான் அமர்வான், ஆட்சியும் செய்வான். வாசுதேவன், தன் ராஜகுரு செங்கோடனின் வார்த்தைகளை மட்டும் கேட்டு பணிந்து நடந்து கொள்வான். வேறெவருக்கும் பணிய அவன் மனம் விரும்பாது.

ஒற்றன் வருவான், அந்நிய தேசங்களின் ரகசியங்களை தூரதாக எடுத்து வருவான் என்றெல்லாம் வீண் நம்பிக்கை வைத்துக் கொண்டி- ருக்கமாட்டான், இவன் ஒற்றர்களை நம்ப மறுக்கிறவன் காரணம், மோச- மான சூழ்நிலையில் தன் ஒற்றன் எதிரியின் படையில் சிக்கிக்கொண்- டால், நம் நாட்டின் ரகசியங்களை கக்கிவிடுவான் என்று கவனமாக இருப்பவன்.

இவன் பெண்ணாசையை வெறுப்பவனும் கூட. அப்படியிருக்க, ஒரு நாள் இரவுவேளையில் ஒரு காவலனை அழைத்தான்.

"நாளை அமைச்சர்கள் அனைவரையும் மக்கள் மத்தியில் ஒன்றுசேர சொல், உங்களின் கடமையை பாராற்றும் விதமாக உங்களுக்கு மன்னர் தக்க சன்மானம் தருகிறாரென்று சொல்" என்றான்.

"அப்படியே ஆகட்டும் மன்னா"

அக் காவலனும் அனைத்து அமைச்சர்களின் அறையுலும் சென்று செய்தியை தெரிவித்தான்.

சூரியன் உதித்தது. மக்கள் மத்தியில் அமைச்சர்கள் அமர்ந்திருந்- தார்கள். மக்களும் ஆர்வத்துடன் இருந்தனர், என்ன சன்மானத்தை அமைச்சர்களுக்கு மன்னர் தரப்போகிறார் என்று. மன்னர் வாசுதேவன் வருகிறார் என காவலாளி ஒருவன் சொல்ல, மேளங்கள் கொட்டும் சத்- தம் எட்டு திசையிலும் கேட்கிறது. சபையின் நடுவில் வந்து நின்றான். காவலன் ஒருவனை அழைத்து, அவனிடம் ஏதோ சொல்கிறான்.

அமைச்சர்களும், மன்னர் ஏதோ பெரிதாக நம்மை கவனிக்க போகி- றார் என நினைத்து கொண்டனர். காவலர்கள் சிலர் வரிசையாக வந்து- கொண்டிருந்தனர். அவர்களின் ஒவ்வொருவரின் கைகளிலும் ஒவ்வொரு தாம்பூலம் இருந்தது, அது மூடவும்பட்டிருந்தது. ஒவ்வொரு அமைச்சர்க- ளிடமும் ஒவ்வொரு காவலர்கள் நின்றார்கள். அமைச்சார்களுக்கு ஆர்- வம் அதிகரித்தது. மன்னர் மக்களைப் பார்த்து,

'இங்கு நிற்கும் இந்த அமைச்சர்களின் தலை துண்டிக்கப்படவுள்ளது.

மக்கள் அனைவரும் கத்திக் கொண்டிருப்பதை நிறுத்திவிட்டு, அமைதியானார்கள். அமைச்சர்களின் முகத்தில் பயம் அதிகமாயிற்று, அதிலொருவன்,

"மன்னா! நாங்கள் என்ன தவறு செய்தோம்?, எதற்கிந்த தண்டனை?

"சரியான கேள்வி கேட்டாய். நானும் சரியான பதில் சொல்ல வேண்டுமல்லவா, சொல்கிறேன், என் படைவீரர்களைக்கொண்டு நான் வெற்றிபெற்ற நாட்டில் நானே ஆட்சியாளன். அப்படி இருக்கையில் என்னிடம் தோற்றுப்போன வீரர்களின் மனைவிகளையும் பெண்களையும் எவ்வாறு நீங்கள் அந்தப்புரத்திற்கு வலுக்கட்டாயமாக கைது செய்து இழுத்துக்கொண்டு போனீர்கள்?, பாடசாலையில் புத்தகங்களை சுமப்-பதிற்கு பதிலாக வயிற்றில் பிள்ளைகளை சுமக்கும் நிலைக்கு அவர்-களை தள்ளியது யார்?, என் நாட்டில் அந்தபுரம் என்று ஒன்று இருக்கக் கூடாதென என்னால் விதிக்கப்பட்ட கட்டளையை எந்த தைரியத்தில் மீறி செயல்பட்டீர்கள். அந்தபுரம் என்று ஒன்று எப்படி என் நாட்டில் இருக்கிறது?

அமைச்சர்கள் பயத்தில் துடித்து கொண்டிருந்தனர்.

"என்ன செய்தோம் என்று கேட்டாய் இல்லையா, அந்தபுரம் என்று ஒன்றை உருவாக்கி, என் பனையக் கைதிகளை மோகம் கொண்டு பலவந்தப்படுத்தியதால் உங்களுக்கு மரண தண்டனையை தருகிறேன்.

மக்கள் மத்தியில் தவறு செய்த அமைச்சர்களுக்கு தண்டனை கொடுத்தார் மன்னர். அன்றிலிருந்து மன்னனைப் பார்த்தாலே மக்க-ளுக்கு ஒரு பயம் இருந்துகொண்டே இருந்தது. பெண்கள் மத்தியில் ஒருவித மரியாதையும் பிறந்தது.

"யாரங்கே?,

ஒரு காவலாளி ஓடிவந்து, "மன்னா".

"அரசவைக்கு புதிய அமைச்சர்கள் தேவையென அறிக்கையிடு, மிகையான புத்திகூர்மையும் செயல்திறனும் உள்ள யார் வேண்டுமானா-லும் பங்கேற்கலாம் என சொல்".

மன்னர் சொன்னவாறே தண்டோரா ஒலித்தது. அவன் அறிக்கை-யிட்ட ஒருசில நாட்களிலே புதிய அமைச்சர்கள் நியமிக்கப்பட்டார்கள்.

அன்றிரவு;

வாசுதேவன் தன் ஆசை மனைவி 'மேகலை'யை பார்க்க செல்கிறார், தலையணைகளை கட்டியணைத்துக்கொண்டு கண்ணீர்விட்டு, அவைகளை ஈரமாக்கிக் கொண்டிருந்தாள்.

வாசுதேவன், "கண்ணீர்த் துளிகள் புனிதமானவைகள் அவைகளை வீணாக்கலாமா

மேகலை, "இப்பொழுது தான் வழி தெரிந்ததா எனை பார்க்க?

"நான் கேட்ட கேள்விக்கு பதில் இன்னும் வரவில்லையே"

"நான்கூட தான் தங்களை பார்த்துக் கேட்டேன்"

வாசுதேவன் சிரித்துக்கொண்டே, "இப்பொழுதான் தெரிகிறது உன் தகப்பனார் ஏன் உனக்கு மேகலை என்று பெயர் வைத்தார் என்று",

"என்ன தெரிந்தது உங்களுக்கு?,

"அந்த மேகங்களைப் போலத்தான் நீயும், மழைக்கு முன் கூடும் கருமேகங்கள் மழையை தரும், அதுபோல தான் உன் கண்ணீரும், என்மீது கோபங்கள் கூடும் பொழுதெல்லாம், கண்ணீர்த்துளிகள் தலையணையை நனைக்கிறது!, சரி தானே"..

"தவறு!, சரி போகட்டும் தங்களிடம் ஓர் கேள்வி கேட்கலாமா?,

"ம் கேள், அதற்கு முன் ஒரு முத்தம் கொடுத்துவிட்டு கேள், இல்லையென்றால் பதில் கிடைக்காது",

மேகலை வெட்கத்தில் கன்னங்கள் சிவக்க, சிரிக்கிறாள்.

வாசுதேவன், "சரி இப்பொழுது இவ் வெட்கம் தீண்டியதே போதும், மீதமிருப்பதை இரவு வாங்கிக் கொள்கிறேன், நீ கேள்",

"அந்தபுரம் என்றவொன்றை நிராகரிக்கும் தாங்கள் தானே, எதிர் நாட்டினரை பனைய கைதிகளாக சிறைபிடிக்கிறீர்கள்"

"சிறைபிடிக்கப்பட்டவர்கள் பனைய கைதிகளாக வளரவில்லை, போருக்கு சிப்பாய்களாக தான் வளர்கிறார்கள்"

"இதுகுறித்து தாங்கள்....என மேகலை சொல்ல, வாசுதேவன் குறுக்கிட்டு,

"சரி நேரமாகிவிட்டது நீ உறங்கு" என்கிறான்.

நெற்றிப்பரப்பில் களைந்திருக்கும் ஒன்றிரண்டு மயிர்களை சரிசெய்துவிட்டு முத்தமிடுகிறான் வாசுதேவன்.

வாசுதேவன் விரைந்து தன் அறை நோக்கி நடக்கிறான்.

2

அரண்மனையில் முகமூடி மனிதன்

ஒருநாள் இரவுவேளையில் மன்னர் வாசுதேவன் தன் அறையில் உறங்-கிக்கொண்டிருந்தார். அப்போது 'முகமூடி' அணிந்த ஒருவன் மன்னர் அறையை கடந்து சென்றான். யாரோ நடமாடுவது போல உணர்வு மன்-னனுக்கு தோன்றியது. இருந்தும் கவனிக்க மறுத்து உறக்கத்தில் தீவிரம் காட்டினார். அந்த முகமூடி அணிந்தவன் இளவரசி அறையை நோக்கிச் சென்றான்.

இளவரசியோ தூக்கமில்லாமல் கண்களைமூடி குழப்பத்தோடேப் படுத்திருந்தாள். அதை அவனறியவில்லை. அவன் அறையின் கதவை மெல்லத் திறந்தான். இளவரசியின் அருகில் சென்று அவளின் முகத்தி-லிருக்கும் மெல்லிய திரையை விலக்கினான். இளவரசி அருகிலிருக்கும் தன் வாளை எடுத்து அவன் கழுத்தில் வைத்தாள்.

"நீ யாரென்று சொல் இல்லையென்றால் உன் தலை துண்டிக்கப்ப-டும். என் அறைக்குள் நுழையும் தைரியம் உனக்கு எப்படி வந்தது?

அவனோ, "உன் அறைக்குள் பிரவேசிக்கும் தைரியமும் உன்னைத் தொடும் உரிமையும் அடியேனுக்கே உரித்தானது" என்று தன் முகமூ-டியை விலக்கினான்.

அவள் அவனைப் பார்த்தவுடன் கட்டியனைத்துக்கொண்டாள். அவன் 'குமரி' நாட்டின் படைத்தளபதி. அவனின் வீரத்தையும் போரா-

டும் தைரியத்தையும் பார்த்தே அவன்மீது காதல் கொண்டாள் இளவரசி மோனாலிசா. தன் விருப்பமின்றி திருமண ஏற்பாடுகள் நடைபெறுவதால் தன் காதலனான இலக்கியனை திருமணம் செய்துகொள்ள நினைத்து வரவழைத்தாள்.

இளவரசி மோனாலிசா தன்னை உடனடியாக அழைத்துச்செல்ல வேண்டுமெனக் கேட்டாள், ஆனால் அவனோ மன்னனுக்கு தெரியாமல் அழைத்து செல்ல விருப்பமில்லை என்றான்.

"என் கண்முன்பாகவே நீ அவளை அழைத்து செல்லலாம்" என்று சொல்லிக்கொண்டு மன்னர் வாசுதேவன் அறையின் பின்புறத்திலிருந்து வருகிறார்.

இளவரசி சற்று பதற்றத்துடனே மன்னரை பார்க்கிறாள்.

மன்னர், "இலக்கியன் உன் தைரியத்தை பார்த்து நான் பெருமைப்-படுகிறேன். உன் வீரத்தையும் அழகையும் பார்த்து எந்த மங்கையும் உன்-மீது காதல்கொள்வாள். இளவரசி உன்மீது காதல்கொள்வதில் ஆச்சரியம் ஒன்றும் இல்லை"

"நான் உங்கள் புதழ்வியாகா இருந்திருந்தால் என் விருப்பத்திற்கு இணங்கியிருப்பீர்கள் அல்லவா? நான் உங்கள் வளர்ப்பு மகள் தானே",

"வளர்ப்பு மகளாய் இருந்தாலென்ன பெற்ற மகளாய் இருந்தா-லென்ன, என் விருப்பத்திற்கு எதிராக செயல்படக்கூடாது. இருந்தாலும் என் புதழ்வியாகா இருந்திருந்தால் இப்படி செய்திருக்கமாட்டாள். இன்-னும் இருதினங்களில் உனக்கு திருமணம், நான் பார்த்தவன் தான் உன்னை திருமணம் செய்துகொள்வான். இல்லை இவன் தான் உன்னை திருமணம் செய்வான் என்று நீ நினைத்தால் எமது வீரர்கள் நாற்பது-பேரை மல்யுத்தத்தில் வென்றுவிட்டு என்னையும் மல்யுத்தத்தில் வென்று-விட்டு உன்னை அழைத்துச் செல்லட்டும்" என்று கோபத்துடன் சொன்-னார்.

இலக்கியன், "உமக்கு தெரியாமல் இளவரசியை அழைத்துச்செல்ல விருப்பமில்லாமல் இருந்தேன், ஆனால் நீரே எனக்கு நல்ல வாய்ப்பை தந்திருக்கிறீர்!. நாற்பது பேராக இருந்தாலும் சரி நானூறு பேராக இருந்-தாலும் சரி, என் காதலியாக இருக்கும் உம் மகளை கரம்பிடிக்க அத்-தனை பேரின் உடலையும் சிதைப்பேன்" என்று கர்வத்துடன் பேசினான்.

மன்னர், "சோம்பேறி காவலர்களே இவனை சிறையில் அடையுங்-
கள், உணவெதுவும் தராதீர்கள், தண்ணீரை மட்டும் சிறிய கோப்பை-
யில் ஊற்றுங்கள். நாளை சூரிய உதயத்தின்போது நடக்கும் மல்யுத்தத்-
தில் இவன் மண்ணை கவ்வட்டும்.

வீரர்கள், "ஆகட்டும் மன்னா" என்று சொல்லிவிட்டு இலக்கியனை
சிறைக்கு அழைத்து சென்றனர்.

3

மல்யுத்தம்

சூரியன் உதிக்க, யுத்தகளத்தில் தேசத்தினர் ஆவலுடன் அமர்ந்தி-
ருந்தனர். வெல்லப்போவது யாரென்ற ஆவல் அவர்களின் கண்களில்
தெரிந்தது. மன்னரும் அவர் மனைவியும் சிம்மாசனத்தில் அமர்ந்திருந்-
தனர் இளவரசி இலக்கியனே வெற்றி பெறுவான் என்ற மன உறுதியுடன்
அமர்ந்திருந்தாள். நாற்பது வீரர்கள் மல்யுத்தத்திற்கு ஆயுத்தமானார்கள்.
நாற்பது வீரர்களும் ஒருவரை அடுத்து ஒருவராக யுத்தக்களத்திற்கு
வரத்தொடங்கினர்.

மன்னரின் உத்தரவுப்படி இலக்கியனை சிறையிலிருந்து யுத்தகளத்-
திற்கு இழுத்து வந்தார்கள். இலக்கியனோ தைரியத்துடனே களத்தில்
இறங்கினான். மல்யுத்தத்தில் அவன் சூரன் என்று யாரும் அறியாமல்
இருந்தார்கள். முதல் வந்த வீரனை தூக்கி எறிந்த பின்னர் தான், இலக்-
கியனைப் பற்றி தெரிந்து கொண்டார்கள். அடுத்தடுத்து வந்த வீர்கள்
ஏழுபேர் இலக்கியனிடம் தோற்றுப் போனார்கள். பத்துபேரை வென்றான்.

அப்போது தான் மன்னர் ஒரு முடிவெடுத்தார். உடனே மல்யுத்தத்தை
நிறுத்தி, மல்யுத்தம் நான்கு நாட்கள் நடைபெறும், ஒரு நாளைக்கு பத்-
துபேருடன் தான் இவன் மோத வேண்டும். கடைசி நாள் பத்து பேரு-
டன் சேர்த்து என்னையும் வெல்ல வேண்டும் என்றார். அவரின் இந்த
முடிவை யாரும் எதிர் பாக்கவில்லை. இலக்கியனுக்கு ஏதோ தவறாக
நடக்கப்போகிறது என தோன்றியது.

தன் அறையில் தனியாக அமர்ந்திருந்த மன்னரிடம் அமைச்சர் சங்-
கிலி, "ஏன் மன்னா மல்யுத்தத்தை நான்கு நாட்களாய் நடத்துகிறீர்கள்?

என்றான்.

மன்னர், "காரணமாக தான், ஒரே நாளில் வெல்லும் பலம் கொண்-டவன் தான் இலக்கியன். அதை நானறிவேன். நான்கு நாட்களாக உணவில்லாமல் வெறும் தண்ணீர் மட்டும் குடித்து சிறையில் கிடப்பவன் எப்படி நான்கு நாட்களில் நாற்பது பேரை வெல்வான்? என் மகளை எப்படி திருமணம் செய்வான்? ஹா ஹா! இது தான் என் ராஜநியதி!.

"ஆனால் மன்னா, அவன் இன்றே பத்து வீரர்களை வென்றுவிட்-டான். இன்னும் மூன்று நாட்கள், மற்றும் முப்பது வீரர்கள் தானே இருக்கிறார்கள்?

"ஆனால் நான் இருக்கிறேனே சங்கிலி. 'என்னை வெல்ல எவனி-ருக்கிறான் எமனைத் தவிர?

இரவு நேரம், கருமேகக் கூட்டங்கள் வானை நிரப்பியிருந்தது, மின்-னல் வானை கிழித்து பரவும் சத்தங்களை, சிறையிலிருந்து கேட்டுக்-கொண்டு சிந்தனையில் இருந்தான் இலக்கியன். காதலில் தொலைந்த-வனுக்கு சிறைவாசமும், காதலியின் மனவாசம் போல என்பது இலக்கி-யனின் காதலில் உண்மையானது. சுவர்களில் காதலியின் வரைபடத்தை வரைந்து வைத்து நேரங்களை அவளுடன் கழிப்பதாக நினைத்தான்.

அடுத்தநாள் சூரிய உதயம் வந்தது. யுத்தகளம்; பத்துபேர் சினங்-கொண்டு காத்திருந்தார்கள், அன்றும் இலக்கியன் சிறையிலிருந்து இழுத்துவரப்பட்டான். இரண்டாம் நாள் உணவில்லாததால் சோர்ந்திருப்-பான் என்று மன்னர் நினைத்திருந்தார் ஆனால்,

முதல் நாளைவிட அதிவேகத்தில் யுத்தம் செய்தான். அன்றோடும் சேர்த்து இருபது வீரர்கள் அவனிடம் தோற்றுப்போனார்கள். அதை பார்த்துகொண்டிருந்த மன்னருக்கு சற்றே குழப்பம், யுத்தத்தில் வென்று தன் மகளை விவாகம் பண்ணிவிடுவானோ என்று நினைத்து, இலக்கி-யனை தந்திரத்தால் தோல்வியடையச்செய்ய நினைத்தார்.

சிம்மாசனத்தில் அமராமல் அங்குமிங்கும் நடந்து கொண்டிருந்த மன்-னருக்கு, ராஜகுரு செங்கோடனிடமிருந்து ஒரு ஓலை வந்தது. அதைப்-படித்து சந்தோசப்பட்டார். காவலர்களை அழைத்து சிறையிலிருக்கும் பணயக்கைதிகளை வரவழைத்தார். அவர்கள் அந்நிய நாட்டின் தளப-திகளாக இருந்தவர்கள். போரில் தோற்றதால் சிறைபிடிக்கப்பட்டவர்கள். தேவைபடுவார்கள் என மன்னரால் சிறையில் கொடூரமாக வளர்த்தவர்-

கள். நாளை நடக்கவிருக்கும் யுத்தத்தில் நீங்கள் பங்குகொள்ள வேண்-
டும், நீங்கள் வென்றுவிட்டால் உங்களுக்கு விடுதலை என மன்னர்
சொல்ல, அவர்கள் சரியென ஒப்புக்கொண்டனர்.

மூன்றாம் நாளில், மக்கள் எதிர்பார்த்து காத்திருந்தார்கள், இளவ-
ரசியும் தான். தன் காதலன் வென்றுவிடுவானா என்னை திருமணம்
செய்வானா என புலம்பிக்கொண்டு காத்திருந்தாள். இலக்கியன், யுத்-
தகளத்தில் கொஞ்சம் சோர்ந்து துவண்டு இருந்தான், அடிமைகளாக
இருந்த வீரர்கள் விடுதலைக்காக வெறியோடு யுத்தம் செய்தார்கள், எட்-
டுப் பேரை வென்றப் பின், இரண்டு வீரர்களாக களத்தில் இறங்கினார்-
கள். இலக்கியன் சற்றும் பயப்படாமல், தன் உடலை நகத்தால் கீரிக்-
கொண்டு, அதே வெறியோடு தாக்கினான், இருவரையும் வென்றான்.

மூன்றாம் நாளும் மன்னர் தோற்றார், அதற்கு காரணமாக இருந்த
அடிமை வீரர்களை அன்றே கொன்று புதைத்தார். அடுத்த நாள் எவ்-
வாறு வெல்வது என நினைத்தவர், ஒரு முடிவை தக்கவைத்துக் கொண்-
டார். அன்று இரவு இலக்கியனிற்க்கு உணவை அனுப்பி வைத்தார்.
ஆனால் அவன் சாப்பிட மறுத்தான். விசமெதுவும் கலந்திருக்கும் என்-
றெல்லாம் இல்லை. என்ன சதி செய்ய காத்திருக்கிறாரோ என்று தான்.
சாப்பிடாமல் வெறியோடு இருந்தால் தான் வெல்ல முடியும் என்று
இலக்கியன் நம்பினான், ஆனால் பசி அவனை வாட்டியது, சாபிட்டான்.
சிறிது நேரத்தில் நிம்மதியான உறக்கம்.

நான்காம் நாள் யுத்தம்; அமைச்சர் சங்கிலி மன்னரிடம் "ஏன்
மன்னா நேற்று இரவு அவனுக்கு உணவு அனுப்பி வைத்தீர்கள்? என்-
றார்.

'சிறிதுநேரத்தில் தெரிந்து கொள்வீர்.

இலக்கியன் யுத்தகளத்திற்க்கு வரவழைக்கப்பட்டான். ஆனால் எந்த
ஒரு வீரனும் களத்தில் இல்லை. சங்கிலி மன்னரிடம் வந்தான். மன்னர்
அவனிடம், "மோதபோவது நான் தான். உணவின்றி துவண்டிருப்பவனை
வெல்வதில் எனக்கு விருப்பம் இல்லை" என்று சொல்லிவிட்டு களத்தில்
இறங்கினார்.

தேசத்தினருக்கு ஒருகேள்வி உண்டாயுற்று மன்னரோ பெரும் வீரர்,
போர்க்களத்தில் அவரின் வேகத்தையும் விவேகத்தையும் பயன்படுத்தியே
அவர் வெற்றி காண்பார். இலக்கியன் படைத்தளபதி, அவனின் போர்

புரியும் திறனைக்கண்டு எதிரிகளே அச்சத்திலிருப்பார்கள். அவன் முன்னின்று வழிநடத்தும் போர் வெற்றி வாகைசூடும் என பலரும் அறிவார்கள்.

இவ்வாறே தேசத்தினரின் மனதில் ஓர் சிந்தனை உலாவியது. யுத்தகளத்தில் இலக்கியன் பயமின்றி மன்னரை நெருங்க அவர் முழுபலத்துடன் வெறித்தனமாக தாக்கினார், இளவரசிக்கு பயம் அதிகமாயிற்று, இருந்தும் மனவலிமையுடன் மீண்டும் எழுந்தான் இலக்கியன், இலக்கியன் யுத்தநியதியை மீறாமல் செயல்பட, மன்னரோ தந்திரத்தாலே இலக்கியனை தாக்கினார். யுத்த நியதியை மீறி செயல்படத் தொடங்கினார். இலக்கியன் மிகுந்த கோபம்கொண்டு தன் புஜபலத்தால் மன்னரை தாக்கினான்.

மன்னரோ சற்று தடுமாறினார், பின் தான் அணிந்திருந்த உடையில் மறைத்து வைத்திருந்த ஆயுதத்தைக் கையில் மூடிக்கொண்டு இலக்கியனின் முகத்தில் தாக்கினார். அவன் தரையில் வீழ்ந்தான். மன்னர் யுத்தநியதியை மீறி செயல்பட்டதால், அவரோடு மல்யுத்தம் புரியமாட்டேன் என்று களத்தின் நடுவில் நின்று தேசத்தினரிடம் சொன்னன்.

அதைக்கண்டு மிகுந்த கோபம்கொண்ட மன்னர் வாசுதேவன், "இவனை சிறையில் அடையுங்கள்" என்றுசொல்லி இலக்கியனை சிறையில் அடைத்தார்கள். "நான் குறித்தநாளில் எமது புதழ்விக்கு விவாகம் நடைபெறும்" என்று களத்தின் நடுவிலே நின்று மன்னர் சொன்னார்.

4

அவளின் ஓவியம்

அடுத்த நாள் காலைப்பொழுதில் தன் மனைவி 'அல்லி'யை பார்க்க அவளின் அறைக்கு சென்றார் மன்னர் வாசுதேவன். அல்லி மன்னர் மீது காதல் கொண்டிருந்ததால் அவளை திருமணம் செய்துகொண்டார் மன்-னர். அவள் "ஓவியங்கள்" வரைந்துகொண்டிருந்தாள். மன்னர் அவள் ஓவியம் தீட்டும் அழகைப் பார்த்து ரசித்துக்கொண்டிருந்தார் தூரத்தில் நின்று. அதைப்பார்த்த பணிப்பெண்கள் "மன்னர் வருகிறார்" என சொல்லிவிட்டு வெளியே சென்றனர். அவளின் ஓவியங்களைப் பார்த்து இவ்வாறே மன்னர் சொன்னார்.

"ஓவியமே ஓவியம் தீட்டுவதென்ன ?

என் கண்கள் இதைப்பார்த்தா பூரிப்பில் திகைக்கிறது!

மங்கையவள் மாயம் செய்யும் கன்னியே!!

போதும் போதும் உன் மாயங்கள், என் கண்கள் விருந்துன்னியதே!!!

அவளோ புன்னகையுடன் "இந்த ஓவியம் எதை உணர்த்துகிறது என்று சொல்லுங்கள். அது நம்மிருவருக்கும் சொந்தமே! அதை சொல்-லுங்கள் நான் உங்களின் ஆற்றலை காண்கிறேன்" என்றாள்.

மன்னர் அந்த ஓவியத்தை உற்று நோக்கினார், அழகிய மங்கை-யொருவள் ஒரு பச்சிளங்குழந்தைக்கு பசியாற்றுகிறாள். அருகில் ஒரு ஆணும் இருக்கிறான்.

அந்த ஆணின் கையிலோ ஒரு வாளும் இருந்தது அவரின் பின்பு-றம் "மயில்தோகை" கொண்ட கொடி பறந்தவண்ணம் இருந்தது. சற்றும்

சிந்திக்காமல் அவளைக்கட்டி அனைத்துக்கொண்டான்! தான் தந்தையா-
கபோவதை தெரிந்து புன்னகையடைந்தான்!.

5

சிறையிலிருந்து தப்பினான்

மன்னர் வாசுதேவன் ராணியின் அறையில் இருந்ததால், இது தான் சரி-யான நேரமென நினைத்த யாரோ, இலக்கியனை சிறையிலிருந்து விடு-விக்க எண்ணி, யாரும் அறியாத நேரத்தைப் பயன்படுத்திக் கொண்-டனர். அப்போது தான் அந்த நபர் சிவப்புநிற உடையணிந்து தலையின் மீது சுத்திக்கொண்டு முகத்தை மறைத்துக்கொண்டு பாதாளச்சிறையை நோக்கிச் சென்றார். திடிரென காவலன் ஒருவன் அவரைப்பார்த்து அந்-நிய நாட்டின் தூதன் என நினைத்துக்கொண்டு,

"யாரது? நில் எதற்காக இங்கு உலாவிக் கொண்டுயிருக்கிறாய்? எதற்காக பாதாளச்சிறை நோக்கிச் செல்கிறாய்? என கேள்வி எழுப்பி-னான்.

அவரோ மௌனம் காத்தார். அதைப்பொருத்துக்கொள்ளாத வாயிற்க்காவலன், தான் வைத்திருந்த வாளை எடுத்து அவரின் முகத்தை மறைத்திருக்கும் அங்கியை நீக்க துணிந்தான், அவர் அதை தடுத்து காவலனை தாக்கி கீழே வீழச்செய்தார்.

பாதாளச்சிறையில் காவலர்களின் நடமாட்டம் அதிகமாயிருந்தது. என்ன செய்வதென நினைத்துக்கொண்டு கண்களை மூடிகொண்டார் அந்த மர்மநபர். இலக்கியனை விடுவிக்க வேண்டுமென ஆதங்கம் அவரை தூண்டியது. கண்களைத்திறந்தார் அந்த கண்களில் தீயாய் கோபம் பற்றியெரிய ஆயுதத்தை ஏந்தி முழு மனதைரியத்துடன் அடி-யெடுத்து வைத்து வாயிற்க்காவலர்களின் முன் நின்றார். அதிலொருக்-காவலன்,

"யார் நீ? உளவாளியா? என ஆயுதத்தை உயர்த்தினான்.

இவர் தான் வைத்திருந்த வாளைக்கொண்டு அவனை தாக்கினார். பின் அதை பார்த்த மற்ற காவலர்கள் அவளை சுற்றி வளைத்து கொண்டனர். "தாக்குங்கள்" என்று கோசமிட்டுகொண்டே ஆயுதத்தை உயர்த்தினர். அவரோ சற்றும் தளராமல் எதிர்நின்று தாக்கினார். அவர் எல்லா போர் கலைகளையும் கற்றவர் என்பதால் அவரால் காவலர்களின் யுக்தியை கண்டறியவும் அவர்களை எதிர்த்து தாக்கவும் முடிந்தது.

"யார் இது பெரும்வீரனாக இருக்கிறானே" என்று காவலர்கள் திகைத்துப்போனார்கள்.

வாயிற்க்காவலர்களை தாக்கியப்பின், இலக்கியன் அடைத்து வைக்-கப்பட்டிருக்கும் சிறையின் திறவுகோலை சைகையில் கேட்டார்.

அவர்கள், "நீர் என் உயிர்பறித்தாலும் என்னால் தரமுடியாது" என்-றனர்.

அவரோ சினம்கொண்டு தான் வைத்திருந்த வாளைக்கொண்டு சிறையை உடைத்து திறந்தார். காவலர்கள் இது சாத்தியமே இல்லை! இச்சிறையை திறக்கும் வல்லமை கொண்டவர்கள் இருவரே ஒருவர் மன்னர் வாசுதேவன். இன்னொருவர் முன்னாள் படைத்தளபதி வேந்தன். அந்த மர்மநபர் வைத்திருந்த வாளும் இராட்சசத்தனமாக இருந்தது, அது வேந்தனின் வாள் போன்று இருந்தது. ஆனால், இது யாராக இருக்குமென குழம்பினார்கள்..

சிறையின் கதவை திறந்தபின், இலக்கியன் இது யாரென்பதை தெரிந்து கொண்டான். சிறையிலிருந்து யாரும் அறியாமலோ கள்ளன் போலோ தப்புவதை அவன் விரும்பவில்லை என்பதால் இவ்வாறே செய்-தான். பாதாளச் சிறையிலிருக்கும் அபாய ஒலியில் தீ பற்றவைத்தான்,

அது அரண்மனையை சுற்றியும், மேலோயும் இருந்த கண்ணாடி பிம்-பத்தின் உதவியோடு அரண்மனை முழுவதும் எதிர்நோக்கி பிரகாசிக்கத் தொடங்கியது. அடு மட்டுமின்றி ஒலியின் சத்தமும் கேட்டது.

அனைவரும் ஆபத்து! ஆபத்து!! என்று கோசமிட்டுக்கொண்டே அரண்மனையின் வெளியே வந்து நின்றுகொண்டனர். அபாயமணியின் சத்தம் கேட்ட மன்னர் வாசுதேவன், அரண்மனையின் உச்சிக்கு விரைந்து சென்றார். அருகிலிருக்கும் கண்ணாடி பிம்பத்தை சற்று திருப்பி பார்த்தார் அதில் எதிரொலிக்கும் ஒளியின் மூலம், அரண்மனை-யின் வாயிற்கதவை பார்த்தார், முகத்தை மூடிக்கொண்டு மறைந்திருந்த ஒருவர் இலக்கியனை கூட்டிக்கொண்டு போவதை பார்த்தார். இலக்கி-யன் திரும்பி நின்று தான் வைத்திருந்த ஈட்டியை எறிந்தான். அது மன்-னரின் காலடியில் வந்து நின்றது. நான் கோழையல்ல, வீரன் என்றே உணர்த்தினான்.

இரவோடுயிரவாக காவலர்களை ஒன்றுகூட்டினார்கள், ''வந்தவன் யார்? அவன் முகத்தை பார்த்தீர்களா? சிறைவரை சென்று கதவை உடைக்கும் வரை யாரும் அவனைப் பார்க்கவில்லையா? என்றே கோபத்துடன் கேட்டார்,

அப்போது பாதாளச்சிறையின் வாயிற்காவலர்கள் சிலர் வந்தனர், ''மன்னர்மன்னா வந்தவன் வேந்தனாக தான் இருக்கவேண்டும்'' என்-றனர்.

''வேந்தன்...வேந்தன்'', என்று முனகியபடியே, ''ஏன் வேந்தனாக இருக்க வேண்டும்?

''இருபத்தி ஏழு காவலர்களை எளிதில் வென்றது மட்டுமல்ல சிறை-யின் வாயிலையும் நீக்கும் வல்லமைக் கொண்டவனாய் இருந்தான்''.

''முகத்தை அங்கியைகொண்டு மறைத்திருந்தாலும் அவன் கண்ணில் கோபம் அக்னித்தீ போல் பற்றி எரிந்தது'' என்று சொன்னார்கள்.

காவலன் ஒருவன், ''நாங்கள் வேந்தனின் கோபத்தையும் வாள்வீச்-சையும் போரில் பார்த்திருக்கிறோமே''

அதற்கு மன்னர், ''பார்த்திருக்கிறோம் ஆனாலும் அது வேந்தனாக இருக்க வாய்ப்பே இல்லை, எனக்கெதிராக வேந்தன் செயல்படமாட்டன்.

மன்னர், ''யாரங்கே...இளவரசி அறையில் இருக்கிறாளா என்று பார்'' என்று இளவரசியின் பணிப்பெண்ணிடம் சொன்னார்.

அவளும் பார்த்துவிட்டு பதற்றத்துடன் "மன்னா இளவரசியின் அறையில் அவர் இல்லை, பதிலாக இந்த சுவடி மட்டுமே இருந்தது" என சுவடியைக் கொடுத்தாள்.

அதில் 'தந்தையே நான் என் சுதந்திரத்தை மட்டுமல்ல என் மணவாளன் சுதந்திரத்தையும் எடுத்துக்கொண்டு செல்கிறேன்" என்றிறந்தது.

இலக்கியனை விடுவித்து அழைத்து சென்றது இளவரசியே என்று அனைவரும் அறிந்தனர். "நாளை சபை கூடட்டும்" என்று அமைச்சரிடம் மன்னர் சொன்னார்.

சங்கிலி, "மன்னா எனக்கு ஒரு சந்தேகம்"

"உன் சந்தேகம் எனக்கு புரிகிறது சங்கிலி, அது இளவரசியாக இருக்க வாய்ப்பில்லை வேந்தனாக இருக்கும் என்று தானே?

"ஆ...சரியாக சொன்னீர்கள்!.

"ஹா ஹா நம் நாட்டைவிட்டு வெளியே சென்ற வேந்தன் இப்போது எந்த சிறையில் இருக்கிறானோ, இது இளவரசியாக மட்டும் தான் இருக்கக்கூடும். அது மட்டுமில்லாமல் வேந்தன் நம் படைத்தளபதியாக இருந்தபோது அவனிடம் தானே நம் இளவரசி தற்காப்பு கலைகளை பயின்றாள், இப்போது புரிகிறதா, எப்படி சிறையின் கதவு உடைக்கப்பட்-டது என்று"

"தெளிவாக மன்னா!. இதற்கு காரணம், வேந்தன் இல்லையென்றா-லும் அவன் பயிற்சித்த தற்காப்பு கலை தான் இளவரசிக்கு உதவியது.

காலைப்பொழுதில் அரசவை அமைச்சர் ஜூன்றுகூடி அமர்ந்திருந்-தனர், மன்னரும் அவர் மனைவியும் வந்தனர்.

"மன்னரே பிரஜைகள் மிகுந்த அச்சத்தில் உள்ளார்கள் நாங்களும் தான். நீங்கள் சொல்லப்போவதை நினைத்து சிறிது அச்சம் கொள்கி-றோம்" என்றார் அமைச்சர் சீடன்.

மன்னர், "இதில் அச்சம் கொள்வதில் பயனில்லை கோபம் கொண்டே தீர்வுகாணவேண்டும்.

மன்னர், "குமரி மீது போர் தொடுக்க அறைக்கூவல் விடுங்கள், மட்டுமின்றி தப்பிச்சென்ற இலக்கியனையும் அவனுக்கு உறுதுனையாக இருந்து அவனோடு ஓடிச்சென்ற இளவரசியையும் பிடித்துவந்து தூக்கி-லிட ஆணைப்பிரப்பிக்கிறேன்" என்றார்.

சங்கிலி, "மன்னா! அவர் நம் இளவ......

"அவள் அரண்மனையின் விதியை மீறி சென்றிருந்தால்கூட மன்-னித்து ஏற்றுக்கொள்வேன். ஆனால் என் நியதியை மீறிச் சென்றுவிட்-டாளே....தூக்கிலிடுங்கள்"

"மன்னா ராஜகுருவோ இந்நேரம் பார்த்து மூன்றாவது ரகசிய அறை-யின் தொடர்பாக 'இமயம்' சென்றிருக்கிறார். இளவரசர் பரமன் அவர் மனைவியோடு 'பூஞ்சோலை' சென்றிருக்கிறார், இப்போது போர்புரிவது சரியானதாக தெரியவிலை" என்றார் அமைச்சர் சங்கிலி.

மன்னர் கோபத்துடன் சங்கிலியின் வார்த்தையை உதாசினப்படுத்தி-னார்,

மன்னர், "போருக்கு தயாராகுங்கள், அறைக்கூவல் விடுங்கள்".

6

குமரியில் மோனாலிசா தஞ்சம்

இளவரசி மோனாலிசாவும், இலக்கியனும் 'குமரி' நாட்டிற்கு வந்து சேர்ந்-
தனர். 'குமரியின்' படை தளபதியான இலக்கியன் தன் மன்னரும், தந்-
தையுமான செழியனை காணச்சென்றான். மன்னர் செழியன் அவனைக்-
காண மறுத்தார். தன் அறையின் கதவை மூடிக்கொண்டார். மனம்
சோர்ந்துபோன இலக்கியன் கண்ணீர்விட்டு அழுது புலம்பினான்.

அதை தாங்கிக்கொள்ளாத மன்னர் கதவைத்திறந்து மகனே!! என்று
கட்டி அணைத்துகொண்டார். இருவரும் கண்ணீர்விட்டு அன்பை
வெளிப்படுத்தினர்!.

செழியன், "நான் பயந்து தான் போயிருந்தேன், வாசுதேவன்
உன்னை சிறையில் பிடித்து வைத்துவிட்டானாமே?

"இதில் அவர் பெருமைகொள்ள முடியாது. விதியைமீறி செயல்ப்-
பட்டு தானே என்னை வென்றார், சரி அதை விடுங்கள்.

"இல்லை இலக்கியா, வாசுதேவன் ஒரு புதிரானவன். அவனை எல்-
லோரும் வெறுக்கிறார்களா இல்லை விரும்புகிறார்களா என்று கேட்டால்
யாருக்குமே தெரியாது என்பது தான் உண்மை. அவன் ஆட்சியே மாறு-
பாடானது. உலகிலே "அந்தப்புரம்" என்ற ஒன்றை வெறுக்கிற மன்னன்
வாசுதேவன் மட்டும் தான்.

இலக்கியன், "அப்படியென்றால் அவருக்கு.....

"இல்லை இல்லை, உன் முடிவு தவறானது. அவனுக்கு இரண்டு மனைவிகள் இருக்கிறார்கள், அவனுக்கு அவனைப்போலவே ஒரு மகனும் இருக்கிறான். அவன் இரண்டாவது மனைவியும் இப்போது பிள்ளையொன்றுக்கு தாயாகபோகிறாள். அவன் ஆண்மகன் இலக்கியா!.....

அப்போது அங்கே வந்த ராஜகுரு, "என்னைவிட அதிகம் தெரிந்து வைத்திருக்கிறாய்" என புன்னகைத்துக்கொண்டே வந்தார்.

மன்னர், "உங்களை மதியில் யாரும் வெல்ல முடியாது ராஜகுருவே" என்று சொல்லி பணிந்து கொண்டார்.

இலக்கியனும் பணிந்தான் பிறகு அவரிடம், "ராஜகுருவே இவள்.....

"மோனாலிசா! மயில்வனத்தின் இளவரசி, இன்றிலிருந்து குமரியின் மருமகள்" என்று சொல்லி திருமணத்திற்கு சம்மதம் தெரிவித்தார்.

மோனாலிசா, "என்னைப்பற்றி உங்களுக்கு..

"நன்றாகவே தெரியும்!, உன் தந்தை ஏன் உனக்கு மோனாலிசா என்று பெயர் வைத்தார் தெரியுமா?,

"தெரியாது, நான் என் தந்தையிடம் கேட்டதில்லை",

"மோனாலிசா என்றொரு பெண்ணை உன் தந்தை காதலித்தார், பின் அவர்கள் பிரிந்துவிட்டார்கள்".

மோனாலிசா மோனமாக புன்னகைத்துவிட்டு அமைதியானாள்.

மன்னரும், மோனாலிசாவைப் பார்த்து "நீ தான் என் மகனின் மனைவியாகவும் இந்நாட்டின் மருமகளாகவும் இருப்பாய்" என்றார்.

மன்னர், "அவனுக்கு இருதினங்கள் கழித்து மன்னர் என்னும் பட்டாபிசேகம் நடைபெறும். தாயில்லாமல் தந்தையின் வளர்ப்பில் வளர்ந்த என் மகனை இனி நீயே கவனித்துக்கொள்ள வேண்டும்" என்றார்.

ராஜகுரு, "மிகுந்த சந்தோசம் அடைகிறேன் மகனே!, உன் முடிவு சரியானது நானும் ஏற்றுக்கொள்கிறேன்" என்று மன்னரை பார்த்து சொன்னார்.

இலக்கியன், "எனக்கு இதில் விருப்பமில்லை தந்தையே நான் ஒரு மன்னராக இருந்து வழிநடத்த விரும்பவில்லை, தளபதியாக இருந்தே வெற்றிக்கனியை சுவைக்க விரும்புகிறேன். அதனால் தானே இளவரசர் பட்டத்தையும் வெறுத்தேன் என்று நீர் அறிவீர்கள் அல்லவா" என்றார்.

"அறிவேன் மகனே, ஆனால் இதுவோ என் கடைசி காலம் நான் என் வாழ்நாட்களை முடித்துக்கொள்ளும் நேரம் வந்துவிட்டது. என் மனைவி சென்ற பரலோகத்துக்கே செல்லப்போகிறேன். ஆதலால் உன் பட்டாபிசேகம் நிச்சயம் நடந்தாகவேண்டும்" என்று மன்னர் செழியன் சொன்னார்.

"உங்களுக்காகவும் நம் நாட்டின் நன்மைக்காகவும் நான் ஏற்றுக்-கொள்கிறேன் தந்தையே".

"நல்லது மகனே!, நான் மகிழ்ச்சியடைகிறேன்!.

மன்னர், "நீங்கள் இருவரும் ராஜகுருவிடம் ஆசிபெருவீர்களாக" என்றார்.

மோனாலிசாவும், இலக்கியனும் ராஜகுருவின் பாதங்களில் விழுந்து ஆசிபெற்றனர் ஆனால் ராஜகுருவின் மனம் சோர்ந்து அவர் கண்களில் பயம் பெருகியது.

மோனாலிசா முகத்தைப் பார்த்து பதற்றம் அடைந்தார். இருந்தும் மறைத்துக்கொண்டார். மன்னர் 'என்னாயிற்று' என்று கேட்டதற்கு 'சற்றே தலைவழிக்கிறது நான் ஓய்வுபெற நினைக்கிறேன்' என்று சொல்லிவிட்டு அறையை நோக்கிச்சென்றார்.

ராஜகுருவின் முகம் எதற்காக மாறியது, அவருக்கு என்ன தெரிந்தது என்ற குழப்பம் மன்னருக்கு வந்தது. இரவில் தூங்காமல் சிந்தனையிலே இருந்தார். அவர், சரி இதற்க்கு ராஜகுருவே தான் விடைகொடுக்க வேண்டுமென அவரின் அறையை நோக்கிச்சென்றார். ராஜகுரு மன்னர் வருவதை அறியாமல் அறையின் வெளியே கூடாரத்தில் நின்று வானைப்பார்த்து சிந்தித்துக்கொண்டிருந்தார்.

மன்னர், "ராஜகுருவே உங்கள் பயத்தின் காரணம் என்னவோ நான் அறியேன்" என்றார்.

அவர், திரும்பி பார்த்து, "மன்னர் இந்நேரத்தில் எனைக் காண வந்த நோக்கம் இதுவானால் இதற்க்கு விடை தெரியாமல் நானும் குழம்பி தான் இருக்கிறேன்" என்றார்.

"ஆனால் உமது கவலை எதை குறித்து?

"சரி சொல்கிறேன் மகனே, என் கவலை இந்நாட்டைக்குறித்து தான். உம்மை நினைத்து தான். பிரஜைகளின் துயரை நினைத்துத்தான்" என்-றார்.

"விளங்கவில்லை ராஜகுருவே, இதைக்குறித்து கவலைக்கொள்ள காரணம் என்னவோ சொல்லும்" என்றார் மன்னர்.

"மோனாலிசாவுக்கும், இலக்கியனுக்கும் விவாகம் நடைபெறுமானால், இரண்டு துர்ச்சம்பவங்கள் நடைபெறும் மஹாராஜா!.

மன்னர் அதிர்ச்சியடைந்து, "அது என்னவென்று என்னிடம் சொல்-லுங்கள் ராஜகுருவே?

"ஒன்று மயில்வனம் நம்மீது போர்த்தொடுக்கும், இரண்டாவது உங்-கள் மரணம்" என்றார் ராஜகுரு.

அதிர்ந்துபோய் நின்றார் மன்னர் செழியன். "இதை தடுக்க வழியி-ருக்கிறதா? என்று மன்னர் கேட்டார்.

"வழியொன்றும் இல்லை, இருந்தும் பயனில்லை போர் நடந்தேயா-கும்" என்று ராஜகுரு சொன்னார்.

பிரஜைகளை குறித்து கவலைப்படுவதாக மன்னர் சொன்னார். "பிர-ஜைகள் இலக்கியனால் காக்கப்படுவார்கள் மகாராஜா!, அவர்களைக்கு-றித்து கவலைக் கொள்ளாதீர்கள்" என்று ராஜகுரு ஆறுதலாக பேசி-னார்.

இதுகுறித்து யாரிடமும் சொல்லக்கூடதென்று ராஜகுருவிடம் கேட்-டுக்கொண்டார் மன்னர்.

மனதை தைரியப்படுத்திக்கொண்டு, "ராஜகுருவே பட்டாபிசேகமும் விவாகமும் குறித்தநாளில் நன்றாக நடக்கும். போரில் வெல்வதும் நாமே" என்று ஆக்ரோசத்தோடு சொல்லிவிட்டு மன்னர் சென்றார்.

"உன்னையும் நாட்டையும் காக்க என்னால் முடியவில்லையே!. என்று ராஜகுரு மனதிலே நினைத்துக்கொண்டார்.

7

விவாகநாளில் போருக்கு அறைக்கூவல்

இன்று, பட்டாபிசேக நாளும் விவாக நாளுமான நாள். பிரஜைகள் மகிழ்ச்சியோடு இருந்தனர். அரங்கத்தில் அமைச்சர்களும் பிரஜைகளும் நிறைந்திருந்தனர். இலக்கியனுக்கு பட்டாபிசேகம் நடைபெற்றது.

மன்னர், "இவரே இனி உங்களுக்கு மன்னராக இருப்பார்" என்று அரங்கத்தின் நடுவில் நின்று மன்னர் செழியன் சொன்னார்.

மக்கள் உர்ச்சாகத்தில் கத்தி கொண்டாடினார்கள், இனிப்புக்களையும் பலவித உணவுகளையும் சுவைத்து ஆனந்தமாய் இருந்தனர்.

மன்னர், "அடுத்ததாக இலக்கியனின் விவாகம் நடைபெறும் அதை-யும் கண்டுகளிப்பீராக" என்றார்.

விவாகம் செய்ய ஆயுத்தமானார்கள், பூஜைகள் நடைபெற்றது. விவாகம் முடியும் தருவாயில் ஒரு ஈட்டியொன்று சபையின் நடுவில் குத்தி நின்றது. மேலே மயிலொன்று பறந்திருந்தது அவ் ஈட்டியின் முனையில் மயிலின் தோகை பொறிக்கப்பட்டிருந்தது. அதுமட்டுமின்றி ஒரு சுவடியும் சுற்றியிருந்தது. அதில் இவ்வாறே இருந்தது

"மரணம் உங்களை சந்ததிக்க வந்த வண்ணமிருக்கிறது. ஆயுத்த-மாகுங்கள் மரணபடுக்கைக்கு" போருக்கு அறைக்கூவல் விடுத்திருந்தார் 'மயில்வனம்' நாட்டின் மன்னன்.

'குமரி' நாட்டின் தற்போதைய மன்னனாகிய இலக்கியனும் தன் அறைக்கூவலை 'கழுகின்' மூலம் அனுப்பினான். விவாக நாளில் அறைக்கூவல் வந்ததை நினைத்து சோர்ந்திருந்தாள் மோனாலிசா.

மன்னர் இலக்கியன் அவளைப்பார்த்து, "வெக்கத்தில் சிவந்திருக்க வேண்டிய உன் முகம் இப்படி சோகத்தில் மூழ்க என்ன காரணம்? என்-றார்.

"உங்களை திருமணம் செய்திருப்பது நானென தெரிந்தும் என் தந்தை அறைக்கூவல் விடுத்திருக்கிறாரே",

"போருக்கு காரணமே நம் திருமணம் தானே".

இளவரசி, "போரில் அவரை நீங்கள் எதிர்கொள்வதில் எனக்கு சற்று தயக்கம் இருக்கிறது"

"உன் தந்தையை எப்படி உன் கணவன் எதிர்கொள்வது என்றா?,

"இல்லை இல்லை, அது உங்களுக்கு புரியா உணர்வு. நம் உரை-யாடல் வாக்குவாதமாக மாறுவதற்கு முன், நமக்கு சொந்தமான இந்த இரவை".....மௌனமாகிறாள், விளக்கை அணைத்துவிட்டு அவளை அணைத்தார் மன்னர் இலக்கியன்.

சில நாட்கள் கழித்து;

இரு நாட்டின் திசைகளிலும் போர் முரசு ஒலிக்கிறது...

இரு நாட்டாரும் போருக்கு தயாரானார்கள். 'மயில்வனம்' நாட்டின் மன்னனாகிய வாசுதேவன் கடவுள் பக்தி கொண்டவன். ஆனாலும் பயபக்தியில்லாமல் தான் வாழ்ந்து வந்தான். அவன் ஒரு அரக்கனா-னவனையே வழிபட்டான். போரின் போது இருநூறு கழுதைகளையும், நூற்றிஐம்பது எருமைகளையும், ஐம்பது செம்மறியாட்டையும் பழிகொடுப்-பது அவனது வழக்கம்.

அதேபோல் பழிக்கொடுத்தான். போரில் வெல்வதற்காக பாரபட்சம் பாராமல் அனைவரையுமே கொன்றுகுவிக்க வேண்டுமென தன் படை-களுக்கு அறிவித்தான். மோனாலிசாவையும், இலக்கியனையும் சிறைபி-டித்து தூக்கிலிடுவதையே அவன் விரும்பினான். போரின்போது மன்னர் செழியனையும் கொலைசெய்ய திட்டம் தீட்டினான்.

மிகுந்த கோபம் கொண்டவர்களையும் அரக்ககுணம் கொண்டவர்களின் தலைமையில் படைகளை அமைத்தான். தானே படைத் தளபதியாகவும் மன்னராகவும் முன் நின்றான். கொடூரமாகவும் ஊசி போன்ற கூர்மையான ஆயுதங்களை உருவாக்கினான். மதம்பிடித்த யானைகளை ஒன்றுதிரட்டினான். தீபற்றக்கூடிய அக்னிகுண்டுகளை செய்தான். எப் படையையும் வெல்லும் பராக்கிரமசாளியாக மாறினான். வாசுதேவன் முழுமையான பலத்தோடு தன் அரக்ககுணம் கொண்ட படையைக் கூட்டிக்கொண்டு போர்க்களம் நோக்கிச்சென்றான்.

'குமரி' நாட்டினரின் மன்னனான இலக்கியன் கடவுள் நம்பிகையயற்றவன் என்பதால், தன் நாட்டில் கோவிலோ இறைவழிபாடோ இருக்கக்கூடாதென நினைப்பவன். அவன் போர்புரிய உரிய ஆயுதங்களையும், வீரர்களையும் ஒன்று திரட்டினான். வீரர்களுக்கு தேவைக்கேற்ப கூடாரங்களை அமைத்தான் உணவு வகைகளையும் சேகரித்தான். போரின் யுக்திகளையும் நியதிகளையும் வீரர்களுக்குச் சொன்னான். எக்காரணத்தாலும் போரின் நியதியை மீறக்கூடதென அறிவித்தான். அது உயிர்பிரியும் தருவாயிலும் மீற வேண்டாமென சொன்னான். நாட்டிலிருக்கும் குழந்தைகள் பெண்கள் இவர்களை பாதுகாக்க வீரர்களை நிறுத்தினான்.

போர் துவங்குவதற்கு முன், 'குமரி' நாட்டின் பிரஜைகள், வீரர்களை போருக்கு அனுப்பிக் கொண்டுயிருந்தனர். வீரர்களின் மனைவிகள் அச்சத்திலிருந்தனர் தாய் தந்தையர்கள் கலக்கத்தில் இருந்தார்கள். அவர்களின் குழந்தைகளின் கண்களில் கண்ணீர் புரண்டோடியது. இருந்தும் நாட்டுக்காக போர் புரியும் வீரர்களை நினைத்து பெருமிதம் கொண்டார்கள். மன உறுதியோடு வீரர்கள் போர்க்களம் நோக்கிச்சென்றார்கள்.

8

போர்க்களத்தில் போர்வீரர்கள்

போரின் முதல்நாள்:

சூரியன் மலைகளிலிருந்து எட்டிப்பார்த்தது. ஆயுதங்களை பாறைக-ளில் தீட்டிக் கொண்டிருந்தனர் 'மயில்வனம்' நாட்டினர். புத்தியைத் தீட்-டிக்கொண்டிருந்தனர் 'குமரி' நாட்டினர். வீரர்கள் ஆயுதங்களை ஏந்திக்-கொண்டு முன்னோக்கி ஓடுகிறார்கள். 'மயில்வன' நாட்டின் மன்னன் சில வீரர்களை மட்டும் முன்னோக்கி அனுப்பினார். அவர் பின் நின்று-கொண்டார்.

'குமரி' நாட்டினரை சோர்வடையச் செய்துவிட்டு தன் படையிலிருந்து ஒரு பங்கு வீரர்களை அனுப்பினார், கூர்மையான ஆயுதங்களைக்-கொண்டு தாக்கினார்கள். 'குமரி' நாட்டின் வீரர்கள் தாக்கப்பட்டார்கள். அவர்களின் தேகங்களில் ரத்தம் சிந்திக்கொண்டே இருக்க அவர்கள் போரில் தீவிரம் காட்டினார்கள்.

சூரியன் மறைந்தது. முதல் நாளின் முடிவில் 'குமரி' நாட்டின் வீரர்-கள் அதிகமாகவும் கொடூரமாகவும் தாக்கப்பட்டனர். அவர்களை கூடா-ரத்தில் வைத்து மருத்துவ சிகிச்சையையும் போதுமான உணவுகளையும் கொடுத்தார் இலக்கியன்.

'மயில்வனம்' நாட்டினரோ குறைந்த அளவில் தாக்கப்பட்டார்கள். வாசுதேவன் தன் நாட்டின் வீரர்களுக்கு உணவுக்கு பதிலாக போரின் யுக்திகளையும் சூட்சுமங்களையும் சொல்லிக்கொடுத்தார். பாறைகளிலும்

மணல்களிலும் உறங்காமல் பயிற்சி எடுத்தனர். ஒரேஒரு குடிசை மட்டும் மன்னனுக்கு. மதுபானங்களை அருந்திக்கொண்டு நடனமாடி இரவு வேளையைக் கழித்தார்கள். போரில் காயமடைந்த வீரர்கள் இனி வாள்-வீச தேவையில்லை என சிலரை உயிரோடு எரித்தார். அதை பார்த்த அமைச்சர் சங்கிலி,

"மன்னா.. நீங்கள் இவ்வாறு காயமடைந்த எதிரிகளை எரித்தால் நாம்.......

'சங்கிலி', "என் யுக்தி உனக்கு புரிகிறதா?

"இல்லையே மன்னா",

"காயமடைந்த சில வீரர்களை தான் நாம் எரித்தோம், இதை அறிந்த மீதமுள்ள அனைத்து வீரர்களும், எங்கே நாமும் இப்படி எரிக்-கப்பட்டுவிடுவோமோ என்ற பயத்தில் வெறியோடு நாளை கத்திவீசுவார்-கள்".

"மன்னா!, நீர் எமனையே வென்றுவிடுவீர்கள்!.

போரின் இரண்டாம் நாள்:

இலக்கியன் முன்நின்று போர் செய்தார் என்பதால் அவனின் வீரர்கள் காக்கப்பட்டார்கள். வாசுதேவன் பின்நின்று அவனது படைகளை வழிந-டத்தினான். 'மயில்வனம்' நாட்டினர் போரின் நியதிகளை மீறத் தொடங்-கினார்கள். தன் வீரர்கள் தாக்கப்படுவதை பார்த்து சினம்கொண்டு தாக்-கினான் இலக்கியன். இரண்டாம் நாள் 'குமரி' நாட்டினருக்கு பாதிப்பு குறைவாகவே இருந்தது. இலக்கியன் முன்நின்று வழிநடத்தி போர் செய்-ததால் 'மயில்வனம்' நாட்டினருக்கு பாதிப்பு சற்று அதிகமாகவே இருந்-தது.

இரண்டாம் நாளில் பாதிப்பு இல்லாததால் வெற்றி நமக்கே என்று கொண்டாடினார்கள் 'குமரி' நாட்டின் வீரர்கள். ஆனால் இலக்கியன் மௌனமாயிருந்தான். திடிரென யானைகள் கத்தும் சத்தம் கேட்டது. அது 'மயில்வனம்' நாட்டின் வீரர்கள் மதம்பிடித்த யானைகளுக்கு பயிற்சி கொடுத்துக் கொண்டிருந்தனர். அதை பார்த்த 'குமரி' நாட்டினருக்கோ சற்று பயம் அதிகமாயிற்று. இலக்கியன் 'பயப்படவேண்டிய அவசிய-மில்லை' என்று சமாதானப்படுத்தினான்.

போரின் முடிவு நாளான மூன்றாம் நாள்:

வாசுதேவன் முன் நின்றுகொண்டு தன் ஒருபங்கு படையை நிறுத்தி-விட்டு, மற்றொரு படையான மதம்பிடித்த யானைகளை அனுப்பினான். அதில் வீரர்கள் கூர்மையான ஆயுதம் ஏந்திகொண்டு 'குமரி' நாட்டின் வீரர்களை நோக்கி வந்தார்கள். இலக்கியன் மௌனமாயிருந்து யானை-களை உள்ளே வரவிட்டான். சிறிது நேரத்தில் 'மயில்வனம்' நாட்டின் வீரர்கள் அச்சம் கொள்ள ஒன்றின்னுள் ஒன்றாக 'சதுரங்க வியூகம்' அமைத்தான். 'மயில்வனம்' நாட்டின் வீரர்கள் மிரண்டுபோனார்கள். வாசுதேவ மன்னன் 'சதுரங்க வியூகத்தை' உடைத்துக்கொண்டு உள்ளே வந்து இலக்கியன் முன்நின்றார்..

இருவரும் எதிரெதிரே நின்றுகொண்டு பார்த்துக் கொண்டனர். மோதியும்கொண்டனர். இலக்கியன் வாள்வீச்சில் வல்லமை வாய்ந்து விளங்கினார். வாசுதேவனின் வாளையும் உடைத்தெரிந்தார். அப்போது இலக்கியன்,

"முன்பு மல்யுத்தத்தில் சதிசெய்து வென்றீர் இப்போது வாருங்கள் பார்க்கலாம்",

"சதியோ மதியோ, வெற்றி என்னோடையதாக தான் இருக்க வேண்-டும் என் மருமகனே".

பின் இருவரும் மல்யுத்தம் செய்தார்கள். அதிலும் இலக்கியன் சிறந்திருந்தான். அப்போது மன்னன் தோல்வியடைந்து விடுவேனோ என்று தான் வைத்திருந்த சிவப்புநிற கொடியை வானோக்கி எறிந்தான். அதைக்கண்ட, அவனால் நிறுத்தி வைக்கப்பட்டிருந்த ஒருபங்கு வீரர்கள் 'குமரி' நாட்டின் கோட்டையை நோக்கி நகர்ந்தார்கள். அவர்களிடம் தீ பற்றியெரியும் அக்னிகுண்டுகளும் இருந்தது. அவர்கள் கோட்டையை நோக்கிச் செல்வதைப் பார்த்த இலக்கியன் அவர்களை தடுத்து நிறுத்த நினைத்து நகர்ந்தார். ஆனால் வாசுதேவன் அவனைத் தடுத்து நிறுத்தி யுத்தம் புரிந்தார்.

இலக்கியன், "இது சரியான போர்முறை இல்லையே மாமா?,

"இது என் போர் நெறிமுறைகள் இலக்கியா",

"கோட்டையில் என் மக்களும், மனைவியும் இருக்கிறார்கள் அவர்-கள்?,

"சாகட்டும்...

கோபம்கொண்ட இலக்கியன் மண்ணில் சொருகியிருந்த வாளை எடுத்து வாசுதேவன் மீது வீசினார். வீரர்கள் கோட்டையை நோக்கி அக்னிகுண்டுகளை வீசினார்கள், கோட்டையின் சுற்றுச்சுவர் உடைவதை பார்த்து பிரஜைகள் கோட்டையினுள் தஞ்சமடைந்தார்கள். பிரஜைகள் அக்னிகுண்டுகளைப் பார்த்து பயமடைந்தார்கள், கோட்டையின் சுற்-றுச்சுவர் கோட்டையை சுற்றியிருக்கும் நதியிலே முழுவதும் உடைந்து விழுந்தது.

கொடுரமான வீரர்கள் கோட்டையை நோக்கிச் செல்வதை பார்த்து பயந்தான் இலக்கியன். அவனால் காப்பாற்ற முடியவில்லை என்று வருத்தம் கொண்டார். வாசுதேவன் அவரை போகவிடாமல் வீழ்த்தினார். இலக்கியன் முதல்முறையாக கண்களைமூடி கடவுளை வேண்டினார். யார் கடவுள் என்றெல்லாம் அவர் நினைக்கவில்லை. கோட்டையும் மாக்களும் காப்பாற்றப்பட வேண்டுமென வேண்டினார்.

கோட்டைக்குள் சென்ற வீரர்கள், அங்கே காவலுக்கு இருந்த சில காவலர்களை கொன்றுவிட்டு உள்ளே சென்றனர். இளவரசி மோனா-லிசா தன் வாளை எடுத்து அவர்களை எதிர்த்து சண்டை போட்டாள், இளவரசியை சமாளிக்க முடியாத காரணத்தால் மன்னர் செழியனின் கழுத்தில் கத்தியை வைத்து சரணடைய சொன்னார்கள்.

வாசுதேவன் சந்தர்ப்பத்தை பயன்படுத்தி அனைவரையும் கைது செய்தார். தன் சொல்லை கேட்காமல் சென்றதாலும் இளவரசியின் மீது இருக்கும் கோபத்தினாலும் அவளை சிறையில் அடைத்தார். இலக்கி-யனைத் தனி சிறையில் அடைத்தார், மன்னர் செழியனை தனி சிறை-யில் அடைத்தார். 'குமரி' நாட்டின் வீரர்களை ஒரே சிறையில் அடைத்து வைத்தார். பெண்கள் குழந்தைகளை மட்டும் பாதுகாத்தார்.

9

மன்னரின் குழப்பமும் ராஜகுருவின் ஆலோசனையும்

அடுத்த நாள் காலைப்பொழுதில் அரண்மையில் சபைக்கூடியது. அமைச்சர்கள் ஒன்றுதிரண்டனர். காவலன் ஒருவன் விரைந்துவந்து,

"மன்னர் மன்னா ராஜகுரு செங்கோடன் பயணத்தை முடித்துவிட்டு வந்து கொண்டிருக்கிறார்" என்று அறிவித்தான்.

அரசவையில் அனைவரும் அமைதி காக்க ராஜகுருவோ மிகுந்த கோபத்துடன் சபையினுள் நுழைந்தார். அனைவரும் எழுந்து நின்று வணங்க,

"பணிகிறேன் ராஜகுருவே" என வணங்கினார் மன்னர் வாசுதேவன்.

"உன் பணிவு எனக்கு தேவையில்லை அரசே, என்ன காரியம் செய்-தீர், யார் அனுமதிபெற்று போர்செய்தீர்? அந்த அதிகாரத்தை உமக்கு யார் கொடுத்தது? என கோபத்தோடு கேட்டார் ராஜகுரு.

"நீங்கள் என்ன சொல்கிறீர் ராஜகுருவே, நானே இந் நாட்டின் மன்-னன். நான் யாரிடம் அனுமதிபெற வேண்டும்?,

"நான் அனுமத்திக்க வேண்டும். ஆம் ராஜகுருவின் அனுமதியோடு நீர் போர்புரிந்திருக்க வேண்டும். தலைமுறை தலைமுறையாக எம் வம்-

சத்தினரே இந் நாட்டின் ரகசியங்களை பாதுகாத்தும் ராஜநியதியை கற்றுகொடுத்தும் வருகிறோம். அப்படியிருக்க நீர் என்னிடமே ஆலோசனைபெற்று போர்புரிந்திருக்க வேண்டும். தவறு செய்துவிட்டாய் அரசே, இனி நடக்கப்போகும் விபரீதங்கள் ஏராளம் உம்மை சுற்றி வளைக்கும். இந்நாடு அழிவை நோக்கியே போகும்" என்று சொல்லிவிட்டு அரசவையையைவிட்டு வெளியேறினார்.

மனதில் கவலைக்கொண்டு அறையில் அங்குமிங்கும் நடந்து கொண்டிருந்தார் மன்னர். ராஜகுருவின் கோபத்திற்கு காரணம் என்னவோ என்று புலம்பிக்கொண்டே நடந்தவண்ணம் இருந்தார்.

"மன்னர் மன்னா நீங்கள் இங்கு இப்படி குழம்புவதைவிட ராஜகுருவிடமே இதற்கான காரணத்தைக் கேக்கலாம் அல்லவா" என்று அமைச்சர் சங்கிலி சொன்னார்.

"சரி தான்".

மன்னர் ராஜகுருவின் அறைக்கு சென்றார். ராஜகுருவோ ஆழ்ந்த தியானத்தில் இருந்தார். ராஜகுருவின் தியானத்தை கலைக்க விரும்பாத மன்னரோ தியானம் முடியும்வரை காத்திருக்கலாம் என்று அமர்ந்துக்கொண்டார். ஆனால் ராஜகுரு தியானத்தின் உச்சத்தில் இருந்தார். நேரம் கடந்தது அதிகாலை சூரியன் உதிக்க, ஆதவன் கதிர்வீச்சு முகத்தில்ப்பட தியானத்தை முடித்துவிட்டு எழுந்தார் ராஜகுரு. எதிரில் மன்னர் அமர்ந்திருப்பதை பார்த்து அதிர்ச்சியடைந்தார்.

"மன்னரே நீங்கள் எப்பொழுது வந்தீர்கள்" என்று கேட்டார்.

"நான் நேற்று இரவு வந்தேன் ராஜகுருவே, நீங்கள் தியானத்தில் இருந்தீர்கள் அதானால் தான் நான் காத்திருந்தேன்".

"மன்னித்துவிடுங்கள், நான் அறியேன்",

"இருக்கட்டும் ராஜகுருவே, என் சந்தேகத்தை தீர்த்துவையுங்கள் ராஜகுருவே" என்றார் மன்னர்.

"சொல் மகனே உன் சந்தேகத்தை சொல்" என ராஜகுரு சொன்னார்.

"நீங்கள் சொன்ன வார்த்தைகளின் அர்த்தம் என்ன ராஜகுருவே?, எதனால் இந்நாடு அழிவை நோக்கிச் செல்லும்? எதற்காக விபரீதங்கள் என்னைச்சூழும்? சொல்லுங்கள் இதுவே சந்தேகம்" என்று மன்னர் ராஜகுருவிடம் கேட்டார்.

"சொல்கிறேன் மகனே, போரின் முடிவில் 'குமரி' நாடு என்னவா-யிற்று?,

அதற்கு மன்னரோ, "அந்நாட்டின் மன்னர் செழியனையும், இலக்-கியனையும் கைது செய்து பாதாள சிறையில் அடைத்து வைத்திருக்-கிறேன், ஏன் இளவரசி மோனாலிசாவும் சிறையில் தான் இருக்கிறாள். தவறா என்ன?,

அதற்கு ராஜகுரு, "இல்லை மகனே அந்நாட்டு மக்களை எதற்காக சிறையில் அடைத்து வைத்திருக்கிறாய்? பெண்களையும் குழந்தைகளை-யும் பாதுகாத்தாய் என்றால் அது உன் இயல்பு, ஆனால் போரின் நிய-திகளை மீறி செயல்பட்டு தானே போர் செய்தாய். அது தான் தவறு. உமது மகளின் விருப்பப்படி திருமணம் நடத்திவைத்திருந்தால் இவ்வளவு துர்ச்சம்பவங்கள் நடந்திருக்காது" என்று மன்னருக்கு அறிவுரை சொன்-னார்.

மன்னர், "அதனாலே நம் நாட்டிற்கு என்னவாகபோகிறது" என்றார் மன்னர்.

"அவர்கள் மீண்டும் சிறையிலிருந்து வருவார்கள் மகனே. இந் நாட்-டின்மீது போர்புரிவார்கள். அது மட்டுமின்றி ஏழு நாடுகளும் போருக்கு அறைக்கூவல் விடுவார்கள். நம் ரகசிய அறைகள் நான்கும் உடைக்-கப்படும் அதனாலே நாடு அழிக்கப்படும், சிறிது காலமாகவே என் சிந்-தனையில் இது போன்ற நிகழ்வுகள் நடக்குமென்று தோன்றுகிறது" என்-றார்.

"இதற்கு தீர்வு என்னவோ சொல்லும் ராஜகுருவே நான் செய்வேன்" என்றார்.

"தீர்வு இருக்கிறது மகனே, ஆனால் அது உன்னால் முடியாது".

"என்னால் முடியும் சொல்லுங்கள்" என்று மன்னர் கேட்கவும்,

ராஜகுரு இவ்வாறே சொன்னார், "குறிஞ்சித்தீவில் சிறைபிடிக்கப்பட்-டிருக்கும் வேந்தனை வரவழைத்து படைத் தளபதியாக முன் நிருத்துங்-கள் அப்போதே நம்நாடு காக்கப்படும்" என்றார்.

"ஆகட்டும் அப்படியே செய்கிறேன்".

மன்னர், "ஆனால் எதற்காக வேந்தன் சிறைபிடிக்கப்பட்டான் சொல்-லுங்கள்" என்று மன்னர் ராஜகுருவிடம் கேட்டார்,

"அந் நாட்டின் இளவரசி மீது காதல்கொண்டு அந்நாட்டில் சுற்றித் திரிந்திருக்கிறான். பின் இளவரசி தமிழழகி அவன் வீரத்தையும் அழகையும் கண்டு அவன் மீது காதல் கொண்டாள். இது மன்னருக்கு தெரியவந்தது. மன்னர் சுடர்விழியன் அவனை அழைத்து எச்சரித்தார்",

"பின் என்னவாயிற்று?,

"வேந்தன் மீண்டும் இளவரசியைக் காண அரண்மனை சென்றான், பின் அவளை யாரும் அறியாமல் தன்னோடு அழைத்துக்கொண்டு போனான். அவர்கள் மூன்று வருடங்கள் காட்டுப்பகுதியில் கூடாரமிட்டு வாழ்ந்து வந்தார்கள். அவர்களுக்கு ஒரு மகனும் பிறந்தான். மன்னர் அவர்களை நாடுமுழுவதும் தேடினார். நான்கு வருடம் கழித்து அவர்-களை கண்டுபிடித்து அரண்மனைக்கு அழைத்துவந்தார். இளவரசி தமி-ழழகியையும் அவள் மகனையும் வேறு வழியில்லாமல் தன்னோடு வைத்-துக்கொண்டு வேந்தனை மட்டும் பாதாளச்சிறையில் அடைத்தார்"

"சிறையிலிருக்கும் வேந்தனை மீட்டு நம் நாட்டைக் காப்பேன் என்று உங்கள் முன் சபதம் எடுக்கிறேன் ராஜகுருவே", என்று தன் வாளை எடுத்து கையில் அறுத்துக்கொண்டு ரத்தத்தின் வாயிலாக சபதம் எடுத்-துக் கொண்டார் மன்னர்.

"என் ஆசி உனக்கு இருக்கும் மகனே நீயே வெற்றிவாகைச்சூடு-வாய்" என்று ராஜகுரு ஆசீர்வதித்தார்.

10

குறிஞ்சித்தீவு

மன்னரின் ஆலோசனைப்படி அமைச்சர்கள் ஆறுபேர் 'குறிஞ்சித்தீவுக்கு' செல்ல ஆயுத்தமானார்கள். அவர்களோடு இருபது வீரர்களும் சென்-றனர். சில தினங்களுக்கு பின்னர் 'குறிஞ்சித்தீவின்' எல்லைக்குச் சென்-றனர்.

குறிஞ்சித்தீவின் அரண்மனை;

'குறிஞ்சித்தீவின்' ஒற்றன் ஒருவன் அரசவையை நோக்கி விரைந்து சென்றான்.

ஒற்றன், "மன்னர் மன்னனின் புகழ் ஓங்குக", "அரசே 'மயில்வனம்' நாட்டின் அமைச்சர்களும் வீரர்களும் நம் அரண்மனையை நோக்கி வந்-துக் கொண்டிருக்கிறார்கள் மக்களும் பயப்படுகிறார்கள்" என்று தெரி-வித்தான்.

மன்னர், "அவர்கள் வரும் நோக்கம் என்னவென்பதை அறிவாயா?, என்று மன்னர் சுடர்விழியன் கேட்டார்.

ஒற்றன், "ஏதோ ரகசிய கலந்தாய்வு காரணமாக வருகிறார்கள் மன்-னரே".

மன்னர் சுடர்விழியன் அரசவையில் நின்றுகொண்டு, "வந்துகொண்-டிருக்கும் 'மயில்வனம்' நாட்டின் அமைச்சர்களையும், வீரர்களையும் வரவேற்க தேவையான ஏற்பாடுகளைச் செய்யுங்கள்" என்று கட்டளை-யிட்டார்.

விருந்துகளும், அறைகளும், பானங்களும் தயார்செய்யப்பட்டது.

குறிஞ்சித்தீவினுள் 'மயில்வனத்தின்' அமைச்சர்களும், வீரர்களும் நுழைந்தனர். நாடெங்கும் அழகாக காணப்பட்டது. அழகிய நீரூற்றுகளும் குறிஞ்சிப்பூவும் செழிப்புடன் இருந்தது. அந் நாட்டின் அழகைப்பார்த்து மிரண்டு நின்றார்கள்!. இந் நாட்டில் வாழ்பவன் பாக்கியவான் என்று நினைத்துக் கொண்டார்கள்!.

அரண்மனையை வந்தடைந்தார்கள். மன்னர் வரவேற்ப்பைப் பார்த்து மகிழ்ந்தார்கள். அன்றையபொழுது நிறைவடைந்து இரவு வந்தது. மன்-னரோடு அவர்கள் உணவருந்தினர்.

மன்னர், "உணவு எப்படியிருக்கிறது?, என்றுகேட்டர்.

அவர்கள், "இவ் உணவுபோல் நான் ருசித்ததுமில்லை புசித்தது-மில்லை" என்று பெருமைக்கூரினார்கள்.

மன்னர் மகிழ்ச்சியோடு, "நான் சந்தோசமடைகிறேன் சாப்பிடுங்கள்! சாப்பிடுங்கள்!. என்று சொன்னார்.

அப்போது அமைச்சரில் ஒருவர், "மன்னா நாங்கள் வந்த நோக்கம் என்னவென்றால்", என்று சொல்லவர,

"இல்லை இல்லை அதை நாளைப் பார்த்துக்கொள்ளலாம் நீங்கள் உணவருந்துங்கள்" என்று மன்னர் சொல்லிவிட்டார்.

அடுத்தநாள் காலைவேளையில் மன்னர் அறையினுள் நடந்துக் கொண்டிருந்தார். காவலன் ஒருவன் வந்து,

"அரசே 'மயில்வனம்' நாட்டின் அமைச்சர்கள் உங்களைக்கான வேண்டினார்கள்" என்றான்.

அரசர், "அவர்களை அரசமவைக்கு வரச்சொல்லும்" என்றார்.

அரசவையில் 'குருஞ்சித்தீவின்' அமைச்சர்களும் ராஜகுருவும் அமர்ந்திருக்க, வாயிற்க்காவலன் 'மயில்வனம்' நாட்டின் அமைச்சர்களை அழைத்துவந்தான்.

அவர்களோ அரசவையை சுற்றிச்சுற்றிப் பார்த்தார்கள், ராஜகுருவோ, "எதை சுற்றிச்சுற்றி பார்க்கிறீர்கள்" என்றார்.

"இந்த அரசவை எதைக்கொண்டு உருவானது ராஜகுருவே" என்-றனர்.

அவரோ சற்று புன்னகையுடன், "இது தங்கத்தால் ஆனது மகனே, அதோ தெரிகிறதுபார் மன்னரின் சிம்மாசனம் அது வைடூரியத்தால் உரு-வாக்கப்பட்டது" என்றார்.

'மயில்வெனம்' நாட்டின் அமைச்சர்கள் வாயடைத்து திகைத்து நின்-றார்கள்.

"நீங்கள் இங்கு அமரலாமே, மன்னர் வரும் நேரம் இது" என்று அவர்களை அமரவைத்தார் ராஜகுரு.

மன்னர் சபையினுள் நுழைந்தார். அனைவரும்," மன்னரின் புகழ்-ஓங்குக!, என்று கோசமிட, கூட்டத்தில் அவர்களும் மன்னர் வாழ்க!, வாழ்க!! என்று கோசமிட்டார்கள்.

மன்னர், "நீங்கள் வந்த காரணம் என்னவென்று என்னிடம் சொல்-லுங்கள்" கேட்டார் மன்னர்.

"மன்னா எங்கள் மன்னர் வாசுதேவன் பற்றி நீங்கள் அறிந்திருப்பீர்-கள் என்றே நினைக்கிறேன்" என்று அமைச்சர் சங்கிலி சொன்னார்.

"அறிவேன் அறிவேன், அவரின் திறமைகளையும் அறிவேன், வீரத்-தையும் அறிவேன்" என்றுசொல்லி, மனதில் அவரின் அநீதியையும் அறிவேன் என்று நினைத்து புன்னகைத்தார்.

"சரி அதற்க்கென்ன நீங்கள் சொல்லுங்கள் வந்த காரணம் என்ன?, என்றார் மன்னர்.

"எங்கள் மன்னருக்கு ஒருபெரிய விபரீதம் நடக்க உள்ளது. அதை தீர்த்துவைக்கும் வல்லமை ஒரே ஒருவருக்கே உள்ளது. அந்த ஒருவர் உங்களிடமே உள்ளார்" என்றனர்.

"என்னிடமா?, உங்களுக்கு எந்த படைகள் வேண்டும் யானைப்-படையா? இல்லை குதிரைப்படையா? இல்லை இருநூறு வீரர்களா? சொல்லுங்கள் வாசுதேவன் மன்னனைப்போல் பெரும் வீரனுக்கு உதவும் பெருமையை ருசிக்க ஆவலுடன் இருக்கிறேன்" என்றே அவரைப்பற்றி ஏளனமாக பேசினார்.

அவர்களோ சற்று தயக்கத்துடன் இருந்தார்கள், "ஒரு கைதியை மட்டும் விடுவித்து எங்களோடு அனுப்புங்கள்" என்றார் அமைச்சர் சங்-கிலி.

"கைதியா?, "யாரைச் சொல்லுகிறீர்கள்?, என்று ஆவேசத்துடன் மன்னர் கேட்டார்.

"அக்கைதி வேந்தன் தான் மன்னா, அவரை விடுவிக்கச் சொல்லி எங்கள் மன்னர் உங்களிடம் அனுப்பியுள்ளார்".

மன்னர் சுடர்விழியன், "நீங்கள் சொல்வது ஒருபோதும் நடக்காது. வேந்தனை போல் ஒரு நயவஞ்சகனை விடுவிக்க முடியாது. நீங்கள் இப்போதே சென்றுவிடுங்கள் இல்லையென்றால் உங்களையும் சிறையி-லடைத்து தூக்கிலிடுவேன்" என்று கோபங்கொண்டு பேசினார்.

அதைக்கேட்ட 'மயில்வனத்தின்' அமைச்சர்கள், "நாங்கள் விடை-பெருகிறோம் மன்னா, ஆனால் நீங்கள் பேராபத்தை சந்திக்க தயாராயி-ருங்கள், இதற்கு நீங்கள் களத்தில் பதில் தரக்கூடும்", என சொல்லியே அரண்மனையையிட்டும் 'குறிஞ்சித்தீவைவிட்டும்' வெளியேறினார்கள்.

11

பரமன் வருகையும், மன்னர் கோபமும்

அமைச்சர்கள் மீண்டும் 'மயில்வனத்தை' நோக்கி வந்தார்கள், அவர்கள் வந்தப்பின் மன்னர் வாசுதேவன் ஆவலுடன் கேட்டார். "என்னவாயிற்று அவர்கள் வேந்தனை விடுவிக்கிறார்கள் தானே?, என்று கேட்டார்.

"இல்லை மகாராஜா, அவர்கள் விடுவிக்க மறுத்துவிட்டனர், மட்டு-மின்றி எங்களையும் தூக்கிலிடுவேன் என்று பயமுறுத்தினார்கள்" என்று சங்கிலி சொன்னார்.

மன்னர், "நாளை அரசவையைக் கூட்டுங்கள்" என்று சொல்லி சினங்கொண்டார்.

விடிந்தப்பின் அரசவை கூடியது. மன்னர் வாசுதேவன் அரியாசனத்-தில் அமர்ந்தார்.

மன்னர், "நாம் வேந்தனை மீட்க வேண்டும். அதற்காக போர் புரி-யபோகிறோம். நம் நாட்டை நாமேதான் பாதுகாத்துக்கொள்ள வேண்டும், ஆகையால் வேந்தனை மீட்டெடுத்து நாட்டை பாதுகாப்போம். வரவி-ருக்கும் பேராபத்தையும் விபரீதத்தையும் வேந்தனை கொண்டு முறியடிப்-போம். வேந்தன் நம் முன்னால் படைத் தளபதியாக இருந்தவன் தான். அவன் தவறு செய்ததால் அவனை நாட்டைவிட்டு வெளியேற்றினோம். ஆனால் அவனின் உதவியும் வீரமும் இப்பொழுது இந் நாட்டிற்குத் தேவை என்றார்.

அமைச்சர்கள் முழித்தனர், "வேந்தனுக்காக போர் நிகழ்த்த வேண்-டுமா?, என்ற எண்ணோட்டம் அவர்களின் கண்களில் தெரிந்தது.

மன்னர், "ஆகவே இப்போர் வேந்தனுக்காகவும் நமக்காக-வும்....என்று சொல்லிக் கொண்டிருக்கும் போதே,

'நிறுத்து அரசே! என்று சொல்லிகொண்டு ராஜகுரு வந்து கொண்-டுருக்கிறார்.

அரசவையில் இருக்கும் அமைச்சர்கள் குழப்பத்தோடு எழுந்து நின்-றார்கள். அமைச்சர் சங்கிலி மனதிலே ராஜகுருவைப் பற்றி ஏதோ முணுமுணுத்தார்.

ராஜகுரு, "நான் சொல்வதைக் கேள், போரினாலே வேந்தனை மீட்க உன்னால் முடியாது. புத்தியையும் ராஜதந்திரத்தையும் உபயோகப்படுத்து" என்று சொன்னார்.

"என்னை மன்னித்து விடுங்கள் ராஜகுருவே, என்னால் போரிலும் வெல்ல முடியும் வேந்தனையும் மீட்க்கமுடியும்" என்று மன்னர் சொன்-னார்.

"சொல்வதைக் கேள் மகனே, இன்னும் சில தினங்களில் நீ தந்தை-யாக போகிறாய். உம் இரண்டாம் மனைவிக்கு இவ்வளவு காலமில்லா-மல், இப்போது குழந்தை பிறக்கப்போகிறது. நேரம் உனக்கு சித்தமாக-யில்லை மகனே, அவள் பிறப்பதே ஒரு அபசகுணம். அம்மாவாசையிலே காலங்கள் சரியில்லாத நேரத்திலே பிறப்பாள்" என்று சொன்னார்.

மன்னர் அதிர்ச்சியடைந்தார், "நீங்கள் சொல்வது என்ன ராஜகுருவே அக்குழந்தை என் குழந்தையல்லவா, நான் என்ன பாவம் செய்தேன் எதற்காக இத் தண்டனை" என்று கண்ணீர்விட்டார்.

"ஆம் மகனே அவள் பிறக்கும் நேரம் நாடு இருண்டுபோகும் எங்கு பார்க்கிலும் துர்நிமித்தம் காணப்படும்!.

"இல்லை ராஜகுருவே நான் போர்செய்ய தான் போகிறேன், அதை-யாராலும் தடுக்க இயலாது. அது நீங்களாக இருந்தாலும் சரி" என்றார்.

"நீ தோழ்வியைத் தழுவுவது உறுதி" என்றார் ராஜகுரு.

"நான் இருக்கும்போது என் தந்தை எவ்வாறு தோழ்வியடையார்" என்று சொல்லிக்கொண்டே இளவரசன் பரமன் வருகிறான்.

இவன் மன்னரின் முதல் மனைவியின் மகன்.

மன்னர், "வா என் மகனே சரியான நேரத்திலே வந்தாய்" என்று கட்டியணைத்துக் கொண்டார்.

"இருக்கட்டும் தந்தையே, நீர் சரியான நேரத்தில் அனுப்பிய செய்-தியே நான் வரக் காரணமாயிருந்தது".

மன்னர், 'இவ்வளவு நாட்கள் ஏன் வரவில்லை?

"இளவரசர், "மனைவியுடன் 'பூஞ்சோலை' சென்றிருந்தேன் அல்-லவா, அங்கு எதிர் நாட்டினர் போருக்கு அறைக்கூவல் விடுத்தனர். அதனால் என் மாமனாருக்கு உதவி செய்ய வாள் வீசினேன். நீர் செய்த அற்புதத்தையும் அறிந்தேன் தந்தையே, 'குமரி' நாட்டின் மன்னரை-யும் வீரர்களையும் சிறையிலடைத்தீராமே. சந்தோசம் அடைகிறேன் தந்-தையே" என்று பெருமையடந்தான்.

"அது இருக்கட்டும் மகனே உன் வாழிய சிநேகிதன் இங்கேயேதான் சிறையிலிருக்கிறான்" என்று மன்னர் சொன்னார்,

"அப்படியானால் நான் அவனை சந்திக்கவேண்டுமே" என்று நகைத்தான்.

"சரி என் உடன்பிறவா சகோதரி எங்கே?, என்றான் பரமன்.

மன்னர், "அவளும் சிறையில் தான் இருக்கிறாள்".

பரமன், "அவளைத் தூக்கிலிடவேண்டியது தானே?,

"பரமா நீர் உன் தந்தையைத் தூண்டிவிடுகிறீர் இது சரியல்ல" என்று ராஜகுரு கோபங்கொண்டார்.

"நான் ராஜகுருவை கவனிக்கவேயில்லையே என்னை ஆசீர்வதியுங்-கள் ராஜகுருவே" என்று அலட்சியப்படுத்தினான்.

ராஜகுருவோ, "என்னால் பாதுக்காக்கப்பட்டு வந்த இந் நாடு என் கண்முன்னே சரிவதை நான் பார்க்கவிரும்பவில்லை நான் செல்கிறேன்" என்று சொல்லிவிட்டு அரண்மனையைவிட்டு வெளியேறினார். அரசரோ மற்ற யாரோ அவரைத்தடுக்கவில்லை.

போருக்கு ஆயுத்தமானார்கள். இம்முறை முன்கூட்டியே அறைக்-கூவல் விடுவதைத் தவிர்த்தார் வாசுதேவன். போருக்கு முன்னரே தன் மனையிலைவக் காண ஆசைகொண்டு அவளின் அறைக்குச் சென்றார். அவளோ உறங்கிக் கொண்டிருந்தாள். அருகிலிருந்த ஓவியத்தைப்-பார்த்து கோபங்கொண்டு திரும்பிபோக நகர்ந்தார் அவ் ஓவியத்தில் 'மயில்வனம்' தோல்வியடைவது போல் சித்தரிக்கப்பட்டிருந்தது.

அறையைவிட்டு வெளியேறினார். "அரசே நீங்கள் கோபங்கொள்ள காரணம் அறிவேன், நேற்றிரவு நான் கண்ட சொர்ப்பனத்தையே வரைந்தேன் என்னை மன்னித்துவிடுங்கள்" என்றாள்.

அவரும் மனம்கலங்கி அவள் கண்ணீரைத்துடைதார். "இந் நேரத்தில் நீ அழுவதை நான் விரும்பவில்லை, நம் மகள் கருவரையில்கூட புன்னகையோடு இருக்கவேண்டும், அவள் பிறக்கும்போது நான் வெற்றிபெறுவேன் இது சாத்தியம்" என்று சொல்லிவிட்டு சென்றார்.

வாசுதேவன் இரவுவேளையில் போருக்கு தேவையான ஆயுதங்களை ஈட்டினார். படைபலத்தை பெரிதாக்கினார். வீரர்களுக்கு பயிற்சிகளை கொடுத்தார். பறக்கும் வாகனங்களை உருவாக்கினார். தன் படைகலோடும் இளவரசன் பரமனோடும் 'குறிஞ்சித்தீவை' நோக்கிச் சென்றார்.

12

குறிஞ்சித்தீவில் அக்னிகுண்டு

சில தினங்கள் கழித்து 'குறிஞ்சித்தீவின்' எல்லைப்பகுதியை வாசுதே-வனும் அவரது வீரர்களும் வந்தடைந்தனர், அங்கே கூடாரம் அமைத்-தனர். எரியும் அக்னிகுண்டுகளை 'குறிஞ்சித்தீவை' நோக்கி செலுத்-தினார்கள். அந்த அக்னிகுண்டு விழுந்த நிலமும் பயிர்களும் பற்றி எரிந்தது. அடுத்த அக்னிகுண்டு கோட்டையின் சுவரில்பட்டது. நிலம் அதிர்ந்தது மன்னர் சுடர்விழியன் அரண்மனையின் மேல்நின்று பார்த்-தார். தூரத்தில் 'மயில்வனம்' நாட்டினர் கூடாரங்களை அமைத்திருந்-தார்கள். 'மயில்தோகை' கொண்ட கொடியையும் பறக்கவிட்டிருந்தார்கள்.

அவர்கள் கூடாரம் அமைத்திருந்த இடம் முழுவதும் விளக்குகள் பிரகாசித்தது. மன்னர் சுடர்விழியன் சற்றும் சிந்திக்காமல் அபாயம-ணியை ஒலிக்கச்செய்தார். பிரஜைகள் அச்சத்தில் இருந்தார்கள்.

"நீங்கள் கவலைக்கொள்ள அவசியமில்லை நானே உங்களை பாது-காப்பேன்" என்று சொல்லிவிட்டு வீரர்களை ஒன்றுகூட்டினார் சுடர்வி-ழியன்.

ஆனால் வேந்தனுக்கு நடக்கும் போர் அவனுக்காக என்றே தெரியா-மல் சிறையிலிருந்தான். சுடர்விழியன் வீரத்திலோ சிறந்து விளங்குபவர். வாசுதேவன் கொடூரமான குணம்கொண்ட சூரனாயிருந்தார். இருவரில் வெல்லப்போவது யாரென அச்சத்தில் பிரஜைகள் குழம்பியிருந்தார்கள்.

சுடர்விழியன் கடவுளை வேண்டிக்கொண்டு போருக்கு தயாரானார்.

வாசுதேவன் எண்ணற்ற கழுதைகளையும், எருமைகளையும், செம்மறி ஆடுகளையும் பழியிட்டார். தன் வீரர்களுக்கு சூழ்ச்சிகளையும், தந்திரங்களையும் கற்றுக்கொடுத்தார். தோழ்வியடையும் நிலை வந்தால் போரின் நியதியை மீறச்சொன்னார்.

ஆனால் சுடர்விழியன் கடவுளுக்கு பயந்தவர் போர் நெறிமுறைகளை பின்பற்றுபவர், தோழ்வியடையும் நிலைவந்தாலும் நியதியை மீறக்கூடா- தென அறிவித்தார்.

போரின் முதல்நாள்:

இளவரசன் பரமன் முன்நின்று படையை வழி நடத்தினான் மன்- னனோ பின்நின்று வழிநடத்தினார். இருநாட்டினரும் மோதிக் கொண்- டனர்கள். சுடர்விழியன் தன் படையை ஞாயப்படியே வழிநடத்தினார்.

முதல்நாள் நிறைவடையும் முன்னரே பரமன் சுடர்விழியனுக்கு அறைக்கூவல் விடுத்தான். தன்னோடு வாள்வீச கூப்பிட்டான். சுடர்விழி- யன், பரமன் வயதில் சிறியவன் என்று அவனுடன் யுத்தம் செய்ய தயங்- கினார். அதற்கு பரமன் அவரைப்பற்றி அவதூரான வார்த்தைகளால் தீண்டினான். சுடர்விழியன் பொருத்துக்கொள்ள முடியாமல் அவனுடன் யுத்தம் செய்தார். யுத்தத்தின் போது பரமன் நியதியைமீறி செயல்பட்- டான். அவனின் செயலால் சுடர்விழியன் சினங்கொண்டு பரமனின் தலையை வெட்டிவீசினார்.

அதையறிந்த வாசுதேவன் கதறியழுதார். "உன் தாயாருக்கு நான் எப்படி பதிலளிப்பேன்" என்று பரமனின் மேல்விழுந்து கதறினார். சூரி- யன் மறைந்தது. முதல்நாள் முடிவடிந்தது.

தன்னால் கொல்லப்பட்ட பரமனை நினைத்து சுடர்விழியன் கண்- ணீர்விட்டு கலங்கினார். இவ்வாறு நடக்க காரணம் என்னவோ என்று 'குறிஞ்சித்தீவின்' ராஜகுருவிடம் கேட்டார்,

அவர் காலத்தை கணித்து, "பின்னால் நடக்கயிருக்கும் போரில் உன்னால் காக்கப்படும் 'மயில்வனத்தின்' பிரஜைகளுக்காக இவன் உயிர்- பிரிந்தான். எல்லாம் காரணமாக தான் நடக்கிறது. இவன் சொர்க்கம் சென்றடைவான்" என்றார்.

போரின் இரண்டாம் நாள்:

வாசுதேவன் பலமில்லாமல் சோர்வடைந்திருந்தார், சுடர்விழியன் தன் வீரர்களோடு முழு பலனோடு இருந்தார். அவரின் வீரர்கள் கம்பீரமானவர்களாக இருந்தார்கள். வாசுதேவன் சுடர்விழியனுக்கு அறைக்கூவல் விடுத்தார். தன் மகனை கொன்றதால் கோபம் கொண்டிருந்தார்.

வாள்வீச்சில் வாசுதேவன் சிறந்து விளங்கினார். சுடர்விழியனின் வாளை துண்டித்தார். பின் மல்யுத்தத்திற்கு அழைத்தார். சுடர்விழியன் மல்யுத்தத்தில் வல்லமை வாய்ந்தவனாய் இருந்தார். இறுதியில் வாசுதேவனை சுடர்விழியன் வென்று அவரை சோர்வடையச் செய்தார். அவரை வெட்டாமல் மன்னித்துவிட்டுச் சென்றார்.

அந் நேரத்தில் சூரியன் மறையும் முன்னரே வானம் இருண்டுக்கொண்டது. கருமேகங்கள் சூழ்ந்திருந்தது. நாடெங்கும் துர்நிமித்தம் காணப்பட்டது. பிரஜைகள் பயத்தில் இருந்தார்கள். அப்பொழுது தான் வாசுதேவனின் மனைவிக்கு குழந்தைபிறந்தது. இச்செய்தியை மன்னனுக்கு சொல்ல வேண்டுமென 'மயிலின்' மூலம் செய்தியனுப்பினார்கள்.

வாசுதேவன் போரில் தோழ்வியடைந்து தன் மகனின் உடலை எடுத்துக்கொண்டு தன் வீரர்களோடு காடுகளை கடந்து வந்துகொண்டிருந்தார். வீரர்கள் பலர் இறந்திருந்தார்கள், அவர்களை எல்லாம் மற்ற வீரர்கள் தூக்கிக்கொண்டு போனார்கள். அப்போது மயிலொன்று பறந்துவந்ததை பார்த்து நின்றார். அது அவரின் அருகே வந்து 'சுவடியை' கையிலே போட்டுவிட்டுச் சென்றது. அதிலே அவன் தந்தையாகபோவதைக் குறிப்பிட்டிருந்தார்கள். புதழ்வி பிறந்திருப்பதை எண்ணியும் மகன் இறந்ததை எண்ணியும், புன்னகைப்பதா அழுவதா என்றே தெரியாமல் உடைந்துபோனார்.

சில தினங்கள் கழித்து தன் நாடான 'மயில்வனத்தை' வந்துசேர்ந்தார். தன் மகனை அடக்கம் பண்ணின பின்னே புதழ்வியையைக்காண செல்வேன் என்று நினைத்துக் கொண்டார். வாசுதேவனின் முதல் மனைவியானவளும் பரமனின் தாயுமாகியவள், "எங்கே என் மகன்? என்று கேட்டாள்.

அவரோ கண்ணீரோடு, அவன் இறந்ததையும், அவனை அடக்கம் செய்தேன் என்றும் சொன்னார். அவள் அவரிடம் கோபித்துக்கொண்டு கதறியழுதாள். அவரும் கண்ணீரோடு கட்டிக்கொண்டு அழுதார். வாழ்க்கையில் முதல் இழப்பை அனுபவிக்கிறார் வாசுதேவன்.

13

மனம் திருந்துதல்

மன்னர் இருதினங்கள் கழித்து தன் புதழ்வியைக்காண ஆசைக்கொண்டு சென்றார். மன்னர் வருவதை அறிந்துகொண்ட அவர் மனைவி முன்-கூட்டியே அறையின் வாயிலை அடைத்துவிட்டாள். அவர் மன உளைச்சலோடு அங்கிருந்து திரும்பிப்போனார். தன் அறையில் அமர்ந்-துகொண்டு தான் செய்த தவறுகளை எண்ணி வருத்தமடைந்தார்.

அந்த தோழ்விக்குப் பின் யாரும் அவரை கவனிக்கவில்லை, அவர் மனந்திருந்தியே வாழத்தொடங்கினார். அவரால் பாதிக்கப்பட்ட நாட்டின-ருக்கும் வீரர்களுக்கும் பொன்னையும், பொருளையும் அள்ளிக்கொடுத்-தார். அவரின் ஆட்சி நல்லாட்சியாக மக்களால் ஏற்றுக் கொள்ளப்பட்-டது. ஆனால் பாதாளச் சிறையிலிருப்பவர்களை பற்றி அவர் பெரிதாக ஒன்றும் நினைக்கவில்லை.

தன் நாட்டின் பிரஜைகளின் வேண்டுதலை நிறைவேற்றி நல்லாட்சி புரிந்துவந்தார். பிரஜைகள் மகிழ்ச்சியில் வாழ்ந்து வந்தார்கள். இதை-யெல்லாம் தெரிந்துகொண்ட வாசுதேவனின் மனைவி அவரை வரவ-ழைத்து தன் புதழ்வியைக்காண அனுமதித்தாள். அவர் தன் குழந்-தைக்கு, மாதுளை என்று பெயரிட்டார். ஒரு தோழ்வியும், ஒரு இழப்பும், தன் மகளும் தான் மாற்றத்திற்கு காரணம் என புரிந்து கொண்டார்.

தன்னால் அவமதிக்கப்பட்டு வெளியேறிப்போன ராஜகுருவைத் தேடி-னார். ஆனால் ராஜகுரு எங்கே இருக்கிறார் என்று மன்னர் அறி-யயில்லை. ராஜகுரு நடந்த உண்மைகளை அறிந்தும், வாசுதேவனே வரும்வரைக் காத்திருந்தார். வாசுதேவன் தேடியும் அவர் கண்களுக்கு

ராஜகுரு புலப்படவில்லை. அப்போது சிறிது காலம் கழித்து ராஜகுருவே மன்னரை மன்னித்து கோட்டைக்கு வந்தார்.

"நீ கலங்காதே நான் உன்னுடன் இருப்பேன்" என்று ராஜகுரு மன்னரிடம் சொன்னார்.

ராஜகுரு செங்கோடனின் ஆலோசனைபடியும் தன் மனநிறைவுடனும் ஆட்சி செய்துவந்தார். அப்போது கால கணிதத்தில் கணக்கிடும்போது, ராஜகுரு சொன்ன பேராபத்தான 'ஏழு நாட்டின்' படையெடுப்புகள் சில காலங்களில் வருமென தெரிந்தது'. என்ன செய்வதறியாமல் புலம்பியிருந்தார் மன்னர். ராஜகுருவோ அவருக்கு ஒரு யோசனையை சொன்னார்.

மன்னர், "அப்படியே செய்கிறேன்" என்று சொன்னார்.

14

மயிலோடு பறந்தான் வேந்தன்

ராஜகுருவின் வார்த்தைகளைக்கேட்டு மயிலின் மூலம் வேந்தனுக்கு 'சுவடிகளை' அனுப்பினார் வாசுதேவன். அதுவோ 'குறிஞ்சித்தீவின்' பாதாளச்சிறைக்கு பறந்து வந்தது. வேந்தன் அறைக்கு பின்புறம் பறந்-துவந்து கத்தியது. மயிலின் சத்தத்தைக்கேட்டு 'மயில்வன' நாட்டிற்கு ஆபத்து இருக்கக்கூடும் என்றும் செய்தி வந்திருக்கலாம் என்றும் கணித்-தான். மயிலைக்காண முயற்சித்தான் ஆனால் முடியாமல் போனது.

அப்போது மயில் சிறையின் மேலிருக்கும் சிறிய துளையின் வாயி-லாக அச் சுவடையை வீசியது. அதை வாசித்தான். மயில்வனத்திற்கு தன்னோட உதவி தேவை என்பதை புரிந்துகொண்ட வேந்தன், சிறையி-லிருந்து தப்பிக்க திட்டம் தீட்டினான். ஆனால் எப்படி என்று குழம்பி-னான். பிறகு அவன் தீட்டிய திட்டமெல்லாம் மனதிற்கு விருப்பமிலாத-தாய் இருந்தது.

கண்களை மூடி சிந்தித்தான். அவ் வேளையில் மயிலின் சத்தம் கேட்டது. அப்போதே அவனுக்கு ஒரு யோசனை புலப்பட்டது. சிறை-யில், அருகிலிருந்த கற்களை நகர்த்தி அதன்மேல் நின்றான் மயிலின் கண்களை மட்டுமே துளையின் வழியாக பார்க்க முடிந்தது. அவன் அந்த துளையை கொஞ்சம் கொஞ்சமாக சின்ன சின்ன கற்களாய் உடைத்தான். அந்த சிறிய சிறிய கற்களை சிறையின் ஓரத்தில் போட்-டுவைத்தான். இரண்டு தினங்களாக உடைத்தான்.

மூன்றாம் நாளிலே உருவம் நுழையும் அளவிற்கு உடைத்தபின் இரவுவேளையில் மயில்மீது அமர்ந்து தப்பிச்சென்றான். மயில் அவனை சுமந்துக்கொண்டு விரைந்து பறந்தது சென்றது. வேந்தன் மனைவியுமான 'குறிஞ்சித்தீவின்' இளவரசியுமான தமிழழகி, தன் கணவன் இரண்டு வருடங்களாக சிறையில் தண்டனை அனுபவிக்கிறான் என்ற கலக்-கத்தில் இருந்தாள். அதை அறிந்துகொண்ட மன்னர் சுடர்விழியன் அவளின் மன சங்கடத்தை தாங்கிக்கொள்ளாமல் வேந்தனை விடுவித்து உன்னோடு சேர்த்து வைக்கிறேன் என்று அவளுக்கு வாக்களித்தார்.

வேந்தனை விடுதலைசெய்ய பாதாளச்சிறைக்கு மன்னர் சுடர்விழியன் சென்றார. அவனின் அறையைப்பார்த்து அதிர்ச்சியடைந்தார். அங்கு அவனில்லை. சிறையின் சுவரை உடைத்து மயிலோடு பறந்து சென்றிந்-தான். அவன் அறையில் மன்னர் பார்க்கும் போது, சுவரில் இவ்வாறே கிறுக்கியிருந்தான், 'நான் என் நாடான மயில்வனத்தைக் காக்க செல்-கிறேன், நீரோ என் மனைவியையும் மகனையும் பாதுகாப்பீராக' என்றி-ருந்தது.

மன்னர், "யாரங்கே, முட்டாள் காவலர்களே சிறையை உடைக்கும் சத்தம் உங்களுக்கு கேட்கவில்லையா?,

காவலர்கள், "கவனிக்கவில்லை மன்னா".

மன்னர் தன் மகளிற்காக அவனை மன்னித்துவிட்டார். மயிலில் பறந்து சென்ற வேந்தன் மூன்றாம் நாளில் 'மயில்வனம்' சென்றான். அவன் அரண்மனைக்கு சென்றான்.

காவலாளி, "நீ யாரென்று சொல் உள்ளே விடுகிறேன் என்றான்".

"நான் தான் வேந்தன்" என்றான்.

காவலாளி, "மிரண்டுபோனான். வேந்தனா!, செல்லலாம் செல்ல-லாம்" என்று அவனை உள்ளே அனுமதித்தான்.

அன்று அரசசவை கூடியது. அமைச்சர்கள் அனைவரும் வேந்தனை மேலும் கீழுமாக பார்த்தனர். அவர்களுக்கு ஒரே ஆச்சரியம், எப்படி தப்பித்து வந்திருப்பான் என்று. அவன் நீண்ட முடியோடும் தாடியோடும் இருந்தான். அமைச்சர் சங்கிலி வேந்தனை பார்த்து,

"எவ்வளவு காலமாக உன் முடியை வளத்தீர்கள்? ஏன்?, என்று கேட்டார்.

அதற்கு வேந்தன், "இரண்டு வருடங்களாக, சிறைச்சாலையில் பொழுதுபோகவில்லை ஆகையால், நான் என் முடியை வளர்த்தேன்" என்று நகைச்சுவையாக பதில்கூறினான்.

சங்கிலி அமைதியாக சிம்மாசனத்திற்கு சென்றார். அருகிலிருந்த அமைச்சர் சீடனிடம் வேந்தன்,

"உங்களுக்கு எப்படி சீடன் என்று பெயர் வைத்தார்கள்?, என்று கேட்டான்.

சீடன், "என் தாய் ஒரு உழவாளி. ஒருநாள் செய்தியொன்றை எடுத்து செல்கையில் வழியிலே நான் பிறந்துவிட்டேனாம், அதனால் தான் சீடன் என்று வைத்திருக்கிறார்கள்".

"பிறகு ஏன் நீர் எனக்கு தப்பித்துவா என்று செய்தி கொண்டுவர-வில்லை?,

அவர், "உன்னை போல் யாரும் நகைச்சுவை சொல்ல முடியாது, நான் கிளம்புகிறேன்" என்று சொல்லிவிட்டு அமர்ந்து கொண்டார்.

மன்னர் வாசுதேவன் வந்துகொண்டிருக்கிறார் என்று காவலாளி அறிக்கையிட்டான். மன்னர் அரசவைக்குள் நுழைந்தார். ஓரத்தில் வேந்-தன் நிற்பதை பார்த்து,

"நீ மீண்டும் வந்ததில் ஆனந்தமடைகிறேன் வேந்தா" என்று சொன்-னார்.

அவனோ, "இது என் நாடு மன்னா, இதை காப்பதில் நான் பெருமைக் கொள்கிறேன்" என்று சொல்லி மன்னரை புன்னகையடைய வைத்தான்.

வேந்தன் வந்ததில் நான் மகிழ்ச்சியடைகிறேன். அவனையே படைத் தளபதியாக அறிவிக்கிறேன் என்று வேந்தனை படைத்தளபதியாக அறி-வித்தார். ஒரு வருடம் கழிந்தது, ராஜகுரு மன்னரையும் வேந்தனையும் அழைத்து, காலம் கணித்தார் அதில், இன்னும் பன்னிரண்டு ஆண்டு கழித்து அந்த 'ஏழு நாடுகளும்' நம்மை தாக்க உள்ளனர். நாமோ அதற்குள் படையையும் நம்மையும் பலபடுத்திக்கொள்ள வேண்டுமென சொன்னார்.

மன்னர் வேந்தனை தான் நம்பியிருந்தார். அவன் தன் படைகளுக்கு நன்கு பயிற்சி கொடுத்தான். போரில் நியதியை பின்பற்ற அறிவுரித்தினான். பலத்தை வெளிப்படுத்தும் முறையையும் சொல்லிக்கொடுத்தான், பன்னிரண்டு வருடங்கள் அவர்ளின் பயிச்சியிலே கழிந்தது. வேந்தன் தன் படையை யானையைபோல் பலங்கொண்டதாக உருவாக்கினான்.

15

தமிழழகியின் பயணமும், இலக்கியனின் விடுதலையும்

தமிழழகி, தன் கணவனை பதினான்கு வருடங்கள் பிரிந்திப்பதை எண்ணி கவலைகொண்டாள். பின் தன் தந்தையான சுடர்விழியனிடம்,

"நானும் என் மகனும் என் கணவருடனே வாழ விரும்புகிறோம்" என்று சொன்னாள். அவரும் அவள் ஆசைக்கு இணங்க "சரி" என்-றார்.

வேந்தனின் மகனும் தமிழழகியின் மகனுமான சிற்பி சுடர்விழியனிடம் தான் போர் கலைகளை கற்று வந்திருந்தான். அவன் பராக்கிரமசா-ளியாக வளர்ந்திருந்தான். புத்திக்கூர்மையும், தேகத்தில் பலத்தோடும், வீரத்தோடும் சிறந்து விளங்கியிருந்தான். அதே நேரத்தில் வாசுதே-வனின் மகளான மாதுளை, துர்நிமித்தத்தில் பிறந்திருந்தாலும், வீரத்-தோடும் அறிவாற்றலோடும் வளர்ந்திருந்தாள். அவள் ஒரு யானையை வளர்த்துவந்தாள், நன்கு வாள்வீச்சும் திறமை கொண்டவளாகவும் இருந்-தாள்.

தமிழழகியின் வேண்டுகோளின்ப்படி அவளையும் அவள் மகனையும் 'மயில்வனத்திலிருக்கும்' வேந்தனோடு சேர்த்து வைக்க நினைத்து, அவளை அனுப்பிவைத்தார் சுடர்விழியன். சிற்பி தன் குதிரையையும் தமிழழகியையும் அழைத்துக்கொண்டு ஐந்து நாட்கள் கழித்து மயில்வனத்தை சென்றடைந்தான். மன்னர், வேந்தனின் மகனையும் மனைவியையும் வரவேற்றார்.

பன்னிரண்டு வருடங்களாக பார்க்காத தன் மகனையும் மனைவியையும் பார்த்து கட்டியணைத்துகொண்டு வேந்தன் அழுதான். அவர்கள் வந்ததில் மகிழ்ச்சி என்றும், மன்னருக்கு தெரியாமல் சிறையிலிருந்து தப்பிவந்ததிற்கு வருந்துவதாகவும் தமிழழகியிடம் சொன்னான்.

அவள், "என தந்தை உங்களை மன்னித்துவிட்டார். அதுமட்டுமின்றி மருமகனாகவும் ஏற்றுக்கொண்டார், விரைவில் உங்களைக்காண வருவார்" என்றாள்.

வாசுதேவன் தன் புதழ்வியான மாதுளைக்கு விவாகம் பண்ணுவதாகவும் அதில் யாரும் போட்டியில் கலந்து கொள்ளலாம் என்றும் நாடெங்கும் செய்தி பரப்பினார். அதையறிந்து போட்டியில் ஏழு நாட்டின் இளவரசர்கள் கலந்து கொண்டார்கள். இளவரசர்கள் என தலைகனம் கொண்டவர்களாக இருந்தார்கள்.

மன்னர், "என் மகளின் யானையை அடக்கிவிட்டு அவளோடு வாள்வீச்சு புரிந்து யார் வெல்கிறார்களோ அவரே மணவாளன்" என அறிவித்தார்.

போட்டியில் ஏழுநாட்டு இளவரசர்களைத் தவிர மற்றவர்கள் கலந்துகொள்ள பயந்தார்கள். போட்டி ஆரம்பமானது பிரஜைகளோ ஆர்வத்தில் இருந்தார்கள் யார் இளவரசிக்கு மணவாளன் என்றே எதிர்பார்த்திருந்தார்கள். இளவரசர்கள் ஒவ்வொருவராக களத்தில் இறங்கி யானையை அடக்க முயற்சி செய்தார்கள், மன்னரும் அவர் மனைவியும் சிம்மாசனத்தில் அமர்ந்து பார்த்துக் கொண்டிருந்தார்கள்.

போட்டியின் முதல் சுற்று யானையை அடக்குவது. அதனாலே இளவரசர்களால் வலிமைவாய்ந்த யானையை அடக்க முடியாமல் போனது. பிறகு மன்னர் பிரஜைகளில் யாரேனும் வீரம் கொண்டிருந்தால் களத்தில் இறங்கலாம் என்றே சொன்னார்.

ஆனால், போட்டியில் கலந்துகொள்ள வந்த இளவரசர்கள் அதற்கு ஒப்புக்கொள்ளவில்லை. காரணம், ஒரு நாட்டின் இளவரசனாக இல்லாத ஒருவன் எப்படி ஒரு நாட்டின் இளவரசியை திருமணம் செய்ய தகுதி-யானவன் என்று வாக்குவாதம் செய்தார்கள்.

மன்னர், "நான் என் மகளிற்கு ஒரு வீரனையே திருமணம் செய்து-வைக்க விரும்புகிறேன், அது யாராக இருந்தாலும் சரி" என்றார்.

அதை கேட்டுக்கொண்ட ஒருவன் தன் முகத்தை மூடிக்கொண்டு போட்டியில் கலந்துகொண்டான். மக்கள் மனதில் யாரந்த வீரன் என்று தோன்றியது. யானையை அடக்கும் வல்லமை அவனிடம் இருந்தது அவன் பலங்கொண்டவனாய் இருந்தான். தன் பராக்கிரம பலத்தால் சிறிது நேரத்தில் யானையை அடக்கினான். இறுதியில் அவ் யானை அவன்முன் மண்டியிட்டு வணங்கியது. பிரஜைகளோ மகிழ்ச்சியில் கத்தி-னார்கள். மன்னரும் இளவரசியும் இவன் யாரென்று குழப்பத்தில் இருந்-தார்கள். இப்படி ஒரு வீரன் இந் நாட்டில் இருக்கிறானா? என்றே சிந்-தித்தார்கள்.

பிறகு இளவரசியோடு வாள்வீச்சில் கலந்து கொண்டான். அதிலும் அவனே சிறந்து விளங்கினான். இளவரசியை தோழ்வியடைய செய்-தான். மன்னரும் பிரஜைகளும் ஆச்சரியத்தில் பார்த்தார்கள். போட்டியில் கலந்துகொண்ட மற்ற இளவரசர்கள் கடுங்கோபத்தில் இருந்தார்கள்.

மன்னர், "நீ யாரென்று சொல்?,

ஆனால் அது யாரென்று வேந்தனுக்கு தெரியும். தன் முகத்தை மறைத்திருந்த முகமூடியை கழட்டினான் அந்த வீரன். மன்னரும் இளவ-ரசியும் அதிர்ச்சியடைந்தார்கள் ஏனெனில் அவன் சிற்பி!.

அவன்மேல் அந்த ஏழுநாட்டு இளவரசர்களும் கடும்கோபத்தில் இருந்தார்கள். ஒரு சாமானியன் எவ்வாறு போட்டியில் கலந்துகொள்ள-லாம் என்றே கத்தினார்கள்.

மன்னரோ, "போட்டி அனைவருக்கும் சொந்தம் தான், நான் சிற்-பியை என் மகளுக்கு விவாகம் பண்ணிவைப்பேன்" என்று சொன்னார்.

"இவ் விவாகம் நடந்தால் இந்த ஏழு நாடுகளும் உங்கள் நாட்டோடு போர்செய்யும்" என்று அவ் ஏழு இளவரசர்களும் சொன்னார்கள்.

மன்னரோ, "போரில் சந்திக்க நாங்கள் தயாராகயிருக்கிறோம். இன்னும் சில தினங்களில் விவாகம் நடைபெறும் நானே நடத்திவைப்பேன்" என்றார்.

ஒரு நாட்டின் இளவரசன், "அதே தினத்தில் எங்கள் படைகள் உங்களைத் தாக்கும்" என்று அறைக்கூவல்விடுத்து வாளை உயர்த்தினான்.

வாளை உயர்த்தியது குற்றமென்று சொல்லி வேந்தன் அவர்களின் வாளை பறித்தான். பின் மன்னரிடம் சொல்லி அவர்களை விரட்டினான். அதனாலே அவர்கள் கோபத்திலிருந்தார்கள். ராஜகுருவோ மன்னருக்கு ஆலோசனை சொன்னார். "இவர்கள் தான் நம்மை தொடும் பேராபத்து என்றும் விபரீதம் என்றும்" சொன்னார்.

மன்னரோ இந்த ஏழு நாடுகள் தான் தம்மை தாக்க உள்ளது என்றும், தன் மகளுக்காகவே இப்போர் நடக்கிறது என்றும் அப்போது தான் உணர்ந்தார்.

வேந்தன், "நான் இருக்கிறேன் மன்னா" என்று சொல்லியும் "போரை வெற்றியில் முடிப்பேன்" என்றும் வாக்களித்தான்.

"எனக்கு அவகாசம் கொடுங்கள்" என்று கேட்டுக்கொண்டான் மன்னரும் "சரி" என்றார்.

அந் நேரத்தில் சுடர்விழியன் 'மயில்வனம்' வந்தார். வாசுதேவன் அவரை வரவேற்றார். தான் செய்த தவறுக்காக வருத்தம் தெரிவித்தார் சுடர்விழியன் பரவாயில்லை என்று சொல்லி ஏற்றுக்கொண்டார். அப்போது அங்கு வந்த வேந்தன் சுடர்விழியனை வணங்கினான். அவரும், அவனை ஆசீர்வதித்தார்.

சுடர்விழியன், "உனக்கு என்ன வேண்டுமென கேள்",

வேந்தன், "என்னோடு சேர்ந்து நான் சொல்கையில் போர்செய்ய வேண்டும்".

"சரி அப்படியே ஆகட்டும்".

சுடர்விழியன், "மன்னர் வாசுதேவா!, உங்களிடம் ஒரு சந்தேகம் கேட்க நினைக்கிறேன்",

"கேளுங்கள்.

"உங்கள் நாட்டில் ஏன் அந்தபுரமே இல்லை?,

வாசுதேவன், "பெண்கள் இச்சைக்காக பயன்படுத்தப்படும் பொருட்-கள் இல்லையே மன்னா, எனக்கு பெண் மோகமெல்லாம் கிடையாது. என் ஆசையும் மோகமும் பெண்ணைச் சார்ந்தது இல்லை. என்னைப்-போல ஒரு அரசன் இல்லையென்று மற்றவர்கள் சொல்ல வேண்டும். அது தான் என் மோகம்".

சுடர்விழியன், "ஆ!, உடலெல்லாம் சிலிர்க்கிறது. உங்களைப்போல் உண்மையில் யாருமில்லை மன்னா!. சரி நான் சென்று வருகிறேன்" என்று சொல்லிவிட்டு 'குறிஞ்சித்தீவுக்கு' சென்றுவிட்டார்.

பிறகு மன்னரிடம் வேந்தன் ஒரு வேண்டுகோளை வைத்தான். தான் பாதாளச்சிறையில் இருக்கும் இலக்கியனை காண வேண்டுமென கேட்-டான். மன்னரும் சரியென ஒப்புக்கொண்டார். வேந்தன் பாதாளச்சி-றைக்கு இலக்கியனை காண சென்றான். அவன் வேந்தனின் பேச்சிற்கு செவிகொடுக்காமல் அலட்சியப்படுத்தினான்.

வேந்தன், "உன் தயவு எங்களுக்கு தேவை" என்றான்.

இலக்கியன், "எந்நாட்டை அழித்தவனுக்கு நான் ஏன் உதவ வேண்-டும்?, கண் முன்னரே என் தந்தையையும் மனைவியையும் சிறைபி-டித்தான். பிரஜைகள் எல்லாம் சிறையில் வாழ்கிறார்கள். என் நாட்டின் பெண்கள் குழந்தைகள் என்ன ஆனார்கள் என்பதே ஒரு கேள்விக்குறி-யாக உள்ளது. இப்படியிருக்க நான் ஏன் உதவ வேண்டும்" என்றான்.

வேந்தன், "நீ தவறாக புரிந்து கொண்டிருக்கிறாய், உன் மக்கள் எல்-லாம் பாதுகாப்பாக தான் இருக்கிறார்கள். நீ உதவுவாய் என்றால் உம் நாட்டையும் தந்தை மனைவியையும் உனக்கே தருகிறேன். உன் மனை-வியோடு உன்னை சேர்த்து வைக்கிறேன்" என்றான்.

இலக்கியன், "நீ சொல்வது உண்மையென்றால் நான் உதவுகிறேன்" என்றான்.

மன்னர் வாசுதேவன் பதினாறு வருடங்களாக சிறையிலிருக்கும் இலக்கியனை விடுதலை செய்தார். தன் மகள் மோனாலிசாவையும் விடுதலைசெய்து மீண்டும் ஏற்றுக் கொண்டார். 'குமரி' மன்னர் செழி-யனோடு ஒரு புதிய நட்பு அவருக்கு கிடைத்தது.

தனித்தனி சிறையில் அடைக்கப்பட்டிருந்தாலும் மனதிலே சேர்ந்தி-ருந்த இலக்கியனும் மோனாலிசாவும் ஒன்றுசேர்ந்தார்கள். இலக்கியன்

தன் தந்தை செழியனிடம்,

"நான் செய்த தவறால் தானே இந்த போரும், நம் சிறைவாசமும். என்னை மன்னித்துவிடுங்கள்" என்றான்.

செழியன், "நாம் எவ்வளவு தடுத்து நிறுத்தினாலும் நடப்பவை எல்லாம் நடந்தேயாகும். அதற்கு மன்னிப்பு தேவையில்லை" என்றார்.

16

வேந்தனின் வெற்றி

விவாகம் நடக்கும் நாள் வந்தது. அவ் ஏழு நாட்டினரும் தன் வீரர்க-
ளோடே 'மயில்வனம்' எல்லையில் கூடாரமிட்டிருந்தார்கள். வேந்தனுக்கு
சுடர்விழியனின் உதவியும் இலக்கியனின் உதவியும் கிடைத்தது. இப்-
பொழுது இவர்கள் மூன்று நாட்டினருக்கும் அவ் ஏழு நாட்டினருக்கும்
தான் போர் ஆரம்பிக்க உள்ளது.

போர்முரசு ஒலிகத்தொடங்கியது, வழக்கம் போல் பழிகொடுக்க
நினைத்தார் வாசுதேவன். ஆனால் வேந்தன்,

"பல மிருகங்களின் இறப்பில் நாம் வெற்றிபெற முடியாது மன்னா,
நம் ரத்தமும் ஆயுதமும் தான் வெற்றியை நிர்ணயிக்கும், ஆகையால்
பலி எதுவும் வேண்டாம்" என்றான். அவரும் ஒப்புக்கொண்டார்.

போரின் முதல்நாள் :

போர்களத்திலே சிற்பிக்கும் மாதுளைக்கும் விவாகம் நடைபெற்றது.
சுடர்விழியன், வேந்தன், இலக்கியன், சிற்பி, வாசுதேவன் என ஐந்து-
பேரும் வீரர்களை முன்நின்று வழிநடத்தினர். எதிரே அவ் ஏழுநாட்டி-
னரும் வந்து கொண்டிருந்தார்கள் அந் நாட்டின் இளவரசர்கள் போரில்
சிறந்தே விளங்கினார்கள் காரணம், அவர்களின் படை 'மயில்வனத்தை'
விட பலமடங்கு பெரிது. முதல் நாளில் எதிர் நாட்டினரே பலம் வாய்ந்த-
வர்களாய் இருந்தனர். ரத்தங்கள் மண்ணில் பரவிக்கிடந்தது. வீரர்களின்
உடல்கள் சிதைந்து கிடந்தது. அழறல் சத்தம் கேட்டுக்கொண்டே இருந்-
தது.

போரின் இரண்டாம் நாள்:

ஏழு நாட்டினரில் ஆறு நாட்டினர் மட்டும் முன்னோக்கி வந்தவண்ணம் இருந்தார்கள். அதைகண்டு சிற்பி அவர்களை உள்ளேவிட்டு ஒன்றினுள் ஒன்றாக 'சதுரங்க வியூகம்' அமைத்தான். பின் அவர்களை தாக்கத் தொடங்கினார்கள். வாசுதேவன் தான் வைத்திருந்த அக்னிகுண்டுகளை அவர்கள்மேலே விழச்செய்தார். வேந்தன் கொடூரமான மிருகங்களுக்கு நடுவேநின்று கொடூரமான ஆயுதங்களை கொண்டே தாக்கினான். வாசுதேவன் வாள்வீச்சில் அனைவரையும் சாய்த்தார். சில வீரர்களை தூக்கி வீசினார்.

சுடர்விழியன் குதிரைப்படைகொண்டு மீறிவரும் வீரகளை கொன்றுகுவித்தார், அவர் கண்களில் கோபம் கொழுந்துவிட்டெரிந்தது. அந் நேரத்தில் அரண்மனையை நோக்கிச்சென்ற அந்த ஒருபங்கு நாட்டினர் கோட்டையை நெருங்கினார்கள். அவர்களின் தாக்குதலோ 'ரகசிய அறையை' சார்ந்தே இருந்தது. அவர்கள் 'ரகசிய அறையை' வந்தடைந்து தாக்கினார்கள். அறையின் வாயில் உடைக்கப்பட்டது. அந்த வீரர்கள் பயந்துபோனார்கள். உள்ளே சினங்கொண்ட மதம்பிடித்த யானைக்கூட்டம் இருந்தது. மற்ற அறையில் மிருகங்களும் வீரர்களும் இருந்தார்கள்.

யானைக்கூட்டம் அவர்களை நசுக்கிப்போட்டது, மிருகங்களும் வீரர்களும் அவர்களை தாக்கினார்கள். போரின் இறுதியில் வாசுதேவன் வென்றார். எதிரி நாட்டினர் கடுமையாக தாக்கப்பட்டு பயந்து ஓடிப்போனார்கள். தன்னோடு ஆணவத்தில் போர் புரிந்த அவ் ஏழு இளவரசர்களை வாசுதேவன் மன்னித்துவிட்டார்.

மன்னர் வாசுதேவன், "ஒரு மன்னருக்கோ இல்லை இளவரசருக்கோ ஆணவமும், அதிகார திமிரும் இருக்கக்கூடாது. மோகம்கொண்டு எதையும் சீரழிக்கக்கூடாது. மக்களை நல்வழியில் நடத்தி ஆளும் திறன் தேவை" என்று அறிவுரை சொன்னார்.

வாசுதேவன் வேந்தனை பார்த்து, "எவ்வாறு ரகசிய அறையில் யானைகளையும் வீரர்களையும் குவித்தாய்?, என்று கேட்டார்.

"அவர்கள் வருவார்கள் என்றே கணித்தேன் மன்னா, அதனாலே அதிலிருந்த பொன்களையும், வைரங்களையும், நாட்டின் ராகசியங்க

ளையும் பாதாளச்சிறையிலே அடைத்து வைத்திருக்கிறேன் மன்னா'' என்றான்.

"உன்னாலே இந்நாடு வென்றது நான் மகிழ்ச்சியடைகிறேன்'' என்-றார் மன்னர்.

"என்னால் அல்ல, நம்மாலே வென்றோம் மன்னா''என்றான்.

"ஹா ஹா....நீ ஒரு சிறந்த "சிப்பாய்" வேந்தா'' என்றார் மன்னர்.

அடுத்து வந்த காலங்களில் வாசுதேவன் நல்லாட்சி புரிந்துவந்தார். வேந்தன் அதே நாட்டில் படைத் தளபதியாக இருந்தான். சிற்பி அதே நாட்டில் பிரஜைகளுக்கு போர் நியதியையும் வீரத்தையும் சொல்லிக் கொடுத்துவந்தான் அதே நேரத்தில் இளவரசி மாதுளையுடன் சந்தோச-மாக வாழ்ந்தான். இளவரசனாக இல்லை. அதை அவன் விரும்பவும் இல்லை. அவர்கள் மகிச்சியோடு வாழ்ந்து வந்தார்கள்.

சிறிது காலம்கழித்து, சிற்பி வீரர்களுக்கு பயிற்சி கொடுத்துக் கொண்-டிருந்தான். அப்போது, ஒரு 'கழுகு' பறந்து வந்து ஒரு சுவடியை போட்-டது. அதில், "உங்கள் கோட்டையும் ராஜ்யமும் இனி எனதே, போரில் சந்திப்போம்'' என்றிந்தது.

சிற்பி, சுவடியை கிழித்து தூக்கி வீசிவிட்டு, "தயாராகுங்கள் அடுத்த போருக்கு'' என்றான்.

போர்க்களம்

வாசுதேவனின் பொன்மொழிகள்

ஒரு நாட்டின் அரசன், மக்களுக்கு ஒரு சிறந்த முன்-னுதாரணமாக இருக்க வேண்டும். பொன் பெண் பொருள் மோகத்தை தவிர்த்து, தன் நாட்டை எவன் சிறந்த வழியில் கொண்டுசெல்கிறானோ, அவனே அரசன். மன்னன். தலை-வன். வீரன்.

போர்களத்தில் ரத்தமும் சதையும் சிதறிக்கிடக்கும். எவன் வாள்வீச்சு ஓங்குகிறதோ, அவனே சிறந்த வீரன். போரின் நியதியை மீறி செயல்படுபவன் அங்கே தோற்றுப்-போன கோழை. நெஞ்சிலே அம்பு பாய்ந்து இறந்து கிடந்-தாலும் அவன் வீரன்.

அந்தபுரம் தேவையா என்ன? மன்னனின் இச்சைக்காக பெண்ணை பலவந்தப்படுத்தி அந்தப்புரத்தில் அடைப்பது தவறு, வேறென்ன செய்வது என்று கேட்டால்?, அவளின் கையில் வாளை கொடு. போர்க்களத்தில் எதிரிகளின் நெஞ்சை கிழிக்கட்டும்.